AF518755

ഗ്രീൻ ബുക്സ്

കറുത്തു വെളുത്ത കുട്ടി

സി. രാധാകൃഷ്ണൻ

നോവലിസ്റ്റ്, സംവിധായകൻ, ശാസ്ത്രലേഖകൻ.
1939-ൽ പൊന്നാനിയിൽ ജനിച്ചു.
പൂനയിലും കൊടൈക്കനാലിലും റിസർച്ച് ഇൻസ്റ്റിറ്റ്യൂട്ടുകളിൽ സയന്റിഫിക് അസിസ്റ്റന്റായി പ്രവർത്തിച്ചു. പൊരുൾ എന്ന മാസിക നടത്തിയിരുന്നു. സയൻസ് ടുഡെ മാസികയുടെ സീനിയർ സബ് എഡിറ്റർ, ലിങ്ക്-പാട്രിയറ്റ് പ്രസിദ്ധീകരണങ്ങളുടെ അസിസ്റ്റന്റ് എഡിറ്റർ, ഭാഷാപോഷിണിയുടെ എഡിറ്റർ-ഇൻ-ചാർജ്, വീക്ഷണത്തിന്റെയും മാധ്യമത്തിന്റെയും എഡിറ്റർ, എസ്.പി.സി.എസ്. പ്രസിഡന്റ് എന്നീ നിലകളിൽ സേവനമനുഷ്ഠിച്ചു. നോവൽനവകം, തീക്കടൽ കടഞ്ഞ് തിരുമധുരം, ഉള്ളിൽ ഉള്ളത്, ഗീതാദർശനം, കാലം കാത്തുവെക്കുന്നത് എന്നീ ബൃഹത്കൃതികളും അമ്പതോളം ചെറുനോവലുകളും നാനൂറിലേറെ ചെറുകഥകളും നാലു നാടകങ്ങളും രണ്ടു കവിതാസമാഹാരങ്ങളും ശാസ്ത്ര ലേഖനങ്ങൾ ഉൾപ്പെടെ അഞ്ഞൂറിൽപ്പരം പ്രബന്ധങ്ങളും രചിച്ചു. മകൻ ഡോ. ഗോപാലുമായി ചേർന്ന് ഭൗതികപ്രപഞ്ചത്തിന് ബലങ്ങളുടെ ഏകീകരണത്തിനുതകുംവിധം, ഒരു പുതുമാതൃക അവതരിപ്പിച്ചു. (Ref: c.radhakrishnan.info.)

പുരസ്കാരങ്ങൾ: കേന്ദ്ര സാഹിത്യ അക്കാദമി അവാർഡ്, കേരള സാഹിത്യ അക്കാദമി അവാർഡ്, വയലാർ അവാർഡ്, ജി. ശങ്കരക്കുറുപ്പ് അവാർഡ്, മൂലൂർ അവാർഡ്, അച്യുതമേനോൻ അവാർഡ്, അബുദാബി ശക്തി അവാർഡ്, ലളിതാംബിക അന്തർജനം അവാർഡ്, പത്മപ്രഭാ പുരസ്കാരം, ജ്ഞാനപീഠം ട്രസ്റ്റിന്റെ മൂർത്തീദേവി പുരസ്കാരം, എഴുത്തച്ഛൻ പുരസ്കാരം, മാതൃഭൂമി പുരസ്കാരം.

കേന്ദ്ര സാഹിത്യ അക്കാദമിയുടെ നിർവാഹകസമിതിയിൽ അംഗമായിരുന്നു. തുഞ്ചത്തെഴുത്തച്ഛൻ മലയാള സർവ്വകലാശാല ഡി.ലിറ്റ് നൽകി ആദരിച്ചു. ഇപ്പോൾ സമസ്ത കേരള സാഹിത്യ പരിഷത്തിന്റെ അദ്ധ്യക്ഷൻ.

ഭാര്യ: വത്സല. മകൻ: ഗോപാൽ. മരുമകൾ: സുഭദ്ര ഗോപാൽ. പേരമക്കൾ: ഹരിഗോവിന്ദ്, നവനീത് കൃഷ്ണൻ, ഹരികൃഷ്ണൻ.

ഗ്രീൻ ബുക്സ് പ്രസിദ്ധീകരിച്ച
ഗ്രന്ഥകർത്താവിന്റെ ഇതര കൃതികൾ

അവനിവാഴ്വുകളുടെ അടിവേരാഴങ്ങൾ
(നോവലെറ്റ്)

മിനിക്കഥകൾ

കഥ

കറുത്തു വെളുത്ത കുട്ടി

സി. രാധാകൃഷ്ണൻ

ഗ്രീൻബുക്സ്

green books private limited
gb building, civil lane road, ayyanthole,
thrissur- 680 003, kerala, ph: +91 487-2381066, 2381039
website: www.greenbooksindia.com
e-mail: info@greenbooksindia.com

branches:
thrissur 0487-2422515
thiruvananthapuram 0471-2335301
calicut 0495 4854662

malayalam
karuthu velutha kutty
story
by
c. radhakrishnan

published november 2023

cover design : s. mahendra

printed in india
manipal technologies ltd

isbn : 978-81-19486-84-7

₹ 120.00
GBPL/1332/2023

മുഖക്കുറിപ്പ്

സി. രാധാകൃഷ്ണന്റെ ഏറ്റവും പുതിയ കഥകൾ. ഈ കഥകളെല്ലാം ആദ്യമായാണ് പുസ്തകരൂപത്തിൽ പ്രകാശിതമാകുന്നത്. ശാസ്ത്രീയാടിസ്ഥാനത്തിലൂന്നിയ നിരീക്ഷണങ്ങളുടെ അന്തർധാരയോടൊപ്പം നന്മയുടെയും സ്നേഹത്തിന്റേയും ദൃഷ്ടാന്തങ്ങളാണ് ഈ കഥകളിലുള്ളത്. ജീവിതത്തെ അതിന്റെ പൂർണതയോടെ മനസ്സിലാക്കി അയത്നലളിതമായി ജീവിക്കുന്ന കുറേ മനുഷ്യരെ നമുക്ക് പരിചയപ്പെടാം. ഫലിതത്തിലൂന്നിയ അവരുടെ ജീവിതവീക്ഷണങ്ങളെ ആസ്വദിക്കാം. പ്രതിസന്ധികളെ മാത്രം മുന്നിൽ കണ്ട് ജീവിതം കൂടുതൽ സങ്കീർണതകളിലേക്ക് കൊണ്ടുപോകുന്ന ഇന്നത്തെ കാലഘട്ടത്തിൽ ഇത്തരം കഥകൾ നമ്മുടെ അകക്കണ്ണ് തുറപ്പിക്കും, തീർച്ച.

എഡിറ്റർ

ആമുഖം

പൊന്നോണം പോലിയുക!

ഈയാണ്ടത്തെ എന്റെ എഴുത്തിൽ ഓണക്കൊയ്ത്തിലെ പൊലിയാണ് ഇത്. എളിമയോടെ കൈരളിയുടെ മുറ്റത്ത് ചൊരിയുന്നു.

കഴിയുംവിധം ചേറ്റിക്കൊഴിച്ച് കല്ലും പതിരും കളഞ്ഞിട്ടുണ്ട്. പക്ഷേ ഞാനൊരു കൃഷിക്കാരൻ മാത്രമാണല്ലോ. അതിനാൽ ഒരു വിളവും പൂർണമായി കുറ്റമറ്റതാക്കി എന്ന് പറയാൻ പറ്റില്ല. പതിരു കുത്തിയാലും പട്ടിണിക്കഞ്ഞിക്കുണ്ടാവും എന്ന് കാരണവന്മാർ പറയാറുമുണ്ടല്ലോ.

പതിവുപോലെ ഒരു കാര്യം ഇതിലും ശ്രദ്ധിച്ചിട്ടുണ്ട്: മലയാളത്തിന്റെ തിരുമുറ്റത്ത് കളമിടാനുള്ള പൂ ആയതുകൊണ്ട് പൂക്കൂടയിൽ വൈവിധ്യം ഉണ്ടാകണം എന്ന്. അതിനാൽ ഈ കഥകൾ ഒന്നു മറ്റൊന്നുപോലെയാവില്ല എന്ന് തീർച്ച പറയാം. പൂക്കൾ, ഒരിടത്തുനിന്നു മാത്രം നുള്ളിപ്പെറുക്കി ഇറുത്തവയും അല്ല.

ഒരു ഓണം കൂടി കഴിയുന്നു. ഇല്ലായ്മകളും വല്ലായ്മകളും ഒക്കെ ഉണ്ടെങ്കിലും ഓണം തന്നെ. വീടുകൾക്ക് ഇടയിൽ വഴിതടസ്സമായി ഉണ്ടാക്കിയ വേലികൾ, പൂക്കൾ പക്ഷഭേദമില്ലാതെ വിരിയിച്ച് കാണിച്ച് ഇരുവശത്തെയും ആളുകളെ നിഗൂഢവും മൗനമുദ്രിതവുമായ നറുമന്ദസത്തോടെ വിളിച്ച് തമ്മിൽ അടുപ്പിക്കുന്നു!

എന്തെല്ലാമോ കാരണങ്ങളാൽ കൃഷി എന്നോ മുടങ്ങിപ്പോയ വയലേലകളിൽ ഗതകാലസ്മരണ പോലെ എവ്വിധമോ അങ്ങിങ്ങു മുളച്ച നെൽച്ചെടികളിൽ കതിരു വിളഞ്ഞിരിക്കുന്നു. മാനത്തിന്റെ മുഖം തെളിഞ്ഞിരിക്കുന്നു. മനസ്സിന് വെറുതെ ഒരു കനക്കക്കുറവുണ്ടായിരിക്കുന്നു.

മാനുഷരെല്ലാരും ഒന്നുപോലെ എന്ന പാട്ട് മൂളാൻ തോന്നുന്നു. ഒന്നുപോലെ എന്നാൽ ഒരുപോലെ സന്തോഷ മുള്ളവരായി എന്ന അനുപല്ലവികൂടി ഓർക്കാൻ ഉൾപ്രേര ണയും ഉണ്ടാവുന്നു.

സർവ്വർക്കും സന്തോഷമുള്ള ഒരു സുവർണ്ണ ഇടവേള ആണ്ടിൽ ഒരിക്കലെങ്കിലും ഉള്ള ഒരു ജനതതി നാം കേരളീ യർ മാത്രം. വർഷം മുഴുവൻ നീണ്ടുനിന്നു കാണാൻ എല്ലാ വരും ആഗ്രഹിച്ചു പോകുന്ന ഒരു ഇടവേള. അതായത് ഒരു വിഭാഗീയതയും ശത്രുതയും മേലാള, കീഴാള ഭേദവും ഇല്ലാത്ത ഒരു ലോകം. അങ്ങനെ ഒരു കാലം ഉണ്ടായിരുന്നു എന്ന് തീർച്ച. ഏതാനും പേരുടെ സ്വപ്നം മാത്രമായിരുന്നു അതെങ്കിൽ, എല്ലാരും ഇങ്ങനെ അതേപ്പറ്റി ഒരേപോലെ നഷ്ടബോധം പുലർത്തുകയും അതേസമയം സ്വകാര്യമായി സന്തോഷിക്കുകയും ഇല്ലായിരുന്നല്ലോ. ബുദ്ധിമോശം കൊണ്ട് നാം തന്നെ ഇറക്കിയയച്ച മഹാബലിയെ ഏറ്റവും പ്രിയപ്പെട്ട വിരുന്നുകാരനായി കാണുകയും തുടി കൊട്ടി പ്പാടി കാത്തിരിക്കയും ചെയ്യുമായിരുന്നുമില്ലല്ലോ.

വേണം, ഇവിടെ നമുക്ക് വർഷം മുഴുവൻ ഓണമാക്കണം. ഇവിടെ മാത്രമല്ല, ലോകത്ത് എമ്പാടും എങ്ങെങ്ങും എന്നെന്നും. നടക്കാത്ത കാര്യമൊന്നുമല്ല. ഒരു കൊറോണ വൈറസിന് ലോകം മുഴുവൻ വ്യാപിക്കാൻ ഏതാനും ദിവസ ങ്ങൾ മതിയായി എങ്കിൽ, നാം ഒന്ന് മനസ്സ് വെച്ചാൽ പൊൻ തിരുവോണ മോഹം കൊണ്ട് ലോകത്തെങ്ങും പൂക്കാലം വിരിയിക്കാൻ എന്തിന് ഏറെ കാലതാമസം?

പക്ഷേ, മറ്റേതോ ഒഴുക്കിൽപ്പെട്ട്, കുട്ടികൾ അമ്മയിൽ നിന്ന് എന്നപോലെ, അകന്നകന്ന് അപകടത്തിലേക്ക് പോകുന്ന അവസ്ഥയിൽ നാംതന്നെ ഇന്ന് അകപ്പെട്ടു പോയില്ലേ? അതിനാൽ, തിരുവോണം എന്ന സ്വപ്നത്തെക്കുറിച്ച് നമുക്ക് കൂടുതൽ ഗൃഹാതുരരാവാം. ഭൂമിയെ രക്ഷിക്കാനുള്ള ഔഷധ ക്കൂട്ട് നമ്മുടെ കൈയിലാണ് ഇരിക്കുന്നത് എന്നു തിരിച്ച റിഞ്ഞ് പാടാം:

പൂവേ പൊലിയുക!
പൊന്നോണം പൊലിയുക!
നാടാകെ പടരുവാൻ പടയൊരുക്ക!
നല്ലതു കാണുവാൻ കൺതുറക്ക!

സി. രാധാകൃഷ്ണൻ

കഥകൾ

അനന്തൻകാട്

നാരായൺ റാണ തന്റെ മുന്നിലെ ശാന്തഗംഭീരമായ കാഴ്ച സാകൂതം ഉൾക്കൊണ്ടു. അറ്റം കാണാത്ത കടലിന്റെ അവസാനിക്കാത്ത അസ്വാസ്ഥ്യം. സന്ധ്യയുടെ ചുവപ്പ് കലങ്ങി അലിഞ്ഞു ചേർന്ന് സമുദ്രനീലിമ കറുത്തു വരുന്നു.

ഒറ്റപ്പെട്ട ചില യാനങ്ങൾ കടലലർച്ചയെ താരാട്ടാക്കി തിരക്കൈ ത്തൊട്ടിലിൽ ചാഞ്ചാടുന്നു.

യുഗങ്ങളോളം നീണ്ട, കാത്തിരിപ്പുളവാക്കിയ മടുപ്പിന്റെ എണ്ണ ച്ഛായച്ചിത്രംപോലെ ശരൽക്കാലമാനം. നിർമ്മമം, നിരാക്ഷേപം, പക്ഷേ ഇനിയും പ്രതീക്ഷയുണ്ട് എന്ന്...

പതിവുനേരത്തെ സ്ഥിരലയമാണ് റാണയ്ക്ക് ഇത്. എത്ര വർഷ ങ്ങളായി എന്ന് അറിയില്ല. ഓർമ്മവെച്ചത് ഇവിടെയാണ്. അന്നു മുതൽ...

നഗരത്തിൽ പാതയോരത്തെ വൻഷോറൂമുകളുടെ കണ്ണാടി ചില്ലുകളും ഫ്ളോറ ഫൗണ്ടനിലെ ജലധാരായന്ത്രം പ്രവർത്തിക്കാ ത്തപ്പോൾ, അതിനു താഴെ ചുറ്റുമായുള്ള വലിയ കുളത്തിൽ താമര യിലകൾ മൂടാതെ ശേഷിക്കുന്ന ജലപ്പരപ്പു നുറുങ്ങുകളും പ്രതി ഫലിപ്പിക്കുന്ന തന്റെ രൂപവും മങ്ങിവരുന്ന കാഴ്ചശേഷിയും ശോഷിക്കുന്ന കേൾവിശക്തിയും തളരുന്ന കാലുകളും തനിക്ക് പ്രായമായി എന്നു പറയുന്നു.

റാണയുടെ നേരെ പിന്നിൽ വിസ്തൃതമായ ഉപ്പു പടന്നയും വളരെ അകലെയല്ലാതെ നഗരത്തിന്റെ ഇരമ്പവും. ചുറ്റുവട്ടത്തൊന്നും വേറെ ജീവജാലങ്ങൾ ഇല്ല.

വെളിച്ചം തീർത്തും മങ്ങാൻ കാക്കാതെ റാണ ചെങ്കൽമണ്ഡപ ത്തിന്റെ പീഞ്ഞപ്പെട്ടിവാതിൽ നിരക്കി മാറ്റി. കടലിൽനിന്നുള്ള കാറ്റിന് മാത്രമാണ് ആ വാതിൽ തടസ്സമാകുന്നത്.

ഒരാൾക്ക് കഷ്ടി നിവർന്നുകിടക്കാവുന്ന ഉൾനീളമുണ്ട് ആ മണ്ഡപത്തിന്, അഞ്ചടിയോളം വീതിയും. ഓരോ ഒറ്റക്കല്ലുകൊണ്ടാണ് നാല് ചുവരും പരന്ന മേൽപ്പുരയും. പുരപ്പുറത്ത് ആൽമരത്തൈയ്യും ദർഭപ്പുല്ലും വളർന്നിരിക്കുന്നു.

എന്തിന്റെ അവശിഷ്ടം എന്നു തീരുമാനിക്കാൻ ഉതകുന്ന ഒരു സൂചനയും കണ്ടുകിട്ടാനില്ല. ഏതോ ഒരു കാലത്ത് എന്തോ കെട്ടിപ്പടവിന്റെ ഭാഗമായ കല്ലുകൾ തകർച്ചയുടെ പല അവസ്ഥകളിൽ ചുറ്റുപാടും ചിതറി കിടപ്പുണ്ട്. കൊട്ടാരത്തിന്റെയാവാം കോട്ടയുടെയാവാം ക്ഷേത്രത്തിന്റെയാവാം...

റാണയ്ക്ക് ഇത് പൈതൃകമായി കിട്ടിയതാണ്. കടൽക്കരയിൽ ഇരുന്നു വിശന്നു കരയുന്ന തന്നെ കൈപിടിച്ച് നടത്തിക്കൊണ്ടു പോന്ന ഒരാളിൽനിന്ന്.

കരയുന്ന തന്നെ കെട്ടിപ്പിടിച്ച് താൻ ഉറക്കത്തിലേക്ക് വഴുതുവോളം കൂടെയുണ്ടായിരുന്ന അമ്മയെ ഒരു മങ്ങൂഴത്തിൽ എന്ന പോലെ ഓർമ്മയുണ്ട്. വിശന്നും തളർന്നും ഒറ്റപ്പെട്ട് കരയുമ്പോൾ, ഭ്രാന്തൻ എന്ന് തോന്നിപ്പിക്കുന്ന ഒരാൾ വാരിയെടുത്ത് മാറത്തേറ്റി ഇവിടേക്ക് കൊണ്ടുപോന്നതും ഉണക്കച്ചപ്പാത്തിയും വെള്ളവും തന്നതും...

പിൽക്കാലത്തും അയാൾ ഒരിക്കലെങ്കിലും എന്തെങ്കിലും പറയുകയോ ഒന്നു ചിരിക്കുകയോ ഒരു ശബ്ദം പുറപ്പെടുവിക്കുകപോലുമോ ചെയ്തില്ല.

ഒരു മുഷിഞ്ഞ തുണിത്തുണ്ടായിരുന്നു തനിക്ക് കിട്ടിയ ഉടുപ്പ്. അങ്ങനെ ഒന്നാണ് അയാളും ഉടുത്തിരുന്നത്. അത് അഴിക്കാതെ കടലിൽ മുങ്ങുന്നതാണ് കുളി. അത് അരയിൽ തന്നെ ഇരുന്ന് ഉണങ്ങണം. തണുപ്പുണ്ടെങ്കിൽ രാത്രിയിൽ അത് അഴിച്ചു പുതയ്ക്കാം. പല്ലു തേക്കാറില്ല. സോപ്പോ ചീർപ്പോ ഒരിക്കലും ഉപയോഗിച്ചിട്ടില്ല. താടിയും മുടിയും ജടയാണ്.

കടൽക്കരയിൽ തന്റെകൂടെ നടക്കാൻ അയാൾ അനുവദിച്ചു. താനും ശംഖും ചിപ്പിയും പെറുക്കി. അതൊക്കെ അയാൾക്ക് കൊടുത്തു. അതുമായി അയാൾ നഗരത്തിലേക്ക് പോകുമ്പോഴും അനുഗമിച്ചു. വെള്ളക്കുപ്പികളോ ഭക്ഷണമോ തിരികെ ചുമന്നു.

ശംഖുകളും ചിപ്പിയുമൊക്കെ വാങ്ങുന്ന കച്ചവടക്കാരോടോ ഭക്ഷണം വിൽക്കുന്ന തട്ടുകടക്കാരോടോ അയാൾ ഒന്നും സംസാരിക്കാറില്ല. കൊടുക്കാനുള്ളത് കൊടുത്ത് കിട്ടിയ കാശു വാങ്ങും,

ആ കാശു നീട്ടിക്കാട്ടി തട്ടുകടയിൽനിന്ന് ആവശ്യമുള്ളത് എടുക്കും. കടക്കാരൻ അതിനുള്ള വില കഴിച്ച് ബാക്കി തിരികെയും നീട്ടും.

നഗരത്തിൽവെച്ച് ചിലപ്പോൾ പൊലീസുകാർ വിരട്ടി അകറ്റും. വലിയ ആളുകൾ വരുമ്പോഴോ എന്തെങ്കിലും ബഹളങ്ങൾ ഉണ്ടാകുമ്പോഴോ ആണ് ഇത്. അപ്പോൾ വലിയ തൂണുകളുടെ മറവിൽ എവിടെയെങ്കിലും ഒതുങ്ങി നിന്നാൽ മതി.

എന്തു പറഞ്ഞാലും കേട്ട ലക്ഷണം ഇല്ലാത്തതുകൊണ്ട് റാണ അയാളെ ഒന്നും വിളിച്ചില്ല.

നടക്കുമ്പോൾ ഉയരം ഒപ്പമായി തുടങ്ങിയ കാലത്ത് ഒരു ദിവസമാണ് താൻ വീണ്ടും ഏകനായത്. ഇതുപോലെ ഒരു സന്ധ്യയ്ക്ക്. കടൽക്കരയിൽ ചിപ്പി പെറുക്കി നടക്കുകയായിരുന്നു ഇരുവരും. കുറച്ചിടയായി അയാൾ ഞൊണ്ടിയാണ് നടന്നിരുന്നത്.

അയാൾ പൊടുന്നനെ നിന്നു. ചിപ്പി ശേഖരിക്കുന്ന പ്ലാസ്റ്റിക് കീശ നീട്ടി കാണിച്ചു. അത് വാങ്ങിയപ്പോൾ നേരെ തിരിഞ്ഞ് കടലിലേക്ക് വേച്ചു നടന്നു. കൂടെ ചെല്ലാൻ തുടങ്ങിയപ്പോൾ, തിരിഞ്ഞു നിന്ന് അടി കിട്ടും എന്ന് ആംഗ്യം കാണിച്ചു. അന്ന് ആദ്യമായിരുന്നു ആ മുദ്ര.

ഇരുളുവോളം കടൽക്കരയിൽ കാത്തു. പിന്നെ തിരിച്ചുപോന്നു.

തിട്ടമില്ലാത്തത്ര കാലമായി റാണ അന്തിയുറക്കത്തിന് ഈ സ്ഥലം ഉപയോഗിക്കുന്നു. അവകാശം പറയാൻ ആരും വന്നില്ല. ശപിക്കപ്പെട്ട സ്ഥലമായതുകൊണ്ടാവാം ആർക്കും വേണ്ടാത്തത്.

പക്ഷേ, റാണയെ സംബന്ധിച്ചിടത്തോളം ഈ സ്ഥലം എല്ലാം കൊണ്ടും അയാൾക്ക് യോജിക്കുന്നു. കടൽക്കരയിൽ കക്കയും ചിപ്പിയും തിരയലാണല്ലോ ജോലി. കുളിക്കാനും അലക്കാനും പ്രഭാതകൃത്യങ്ങൾക്കും കടൽവെള്ളമാണ് ഉപയോഗിക്കുക. കുടിക്കാൻ ഉള്ളത് പ്ലാസ്റ്റിക് കുപ്പിയിൽ നഗരത്തിൽനിന്ന് കൊണ്ടുവരും.

കൂട്ടോ കുടുംബമോ ഇല്ല. ആരും അന്വേഷിച്ചു വരാൻ ഇല്ല, ആരെയും തേടി പോകാനും ഇല്ല.

കടൽക്കരയിൽ കുടുംബത്തോടെ നടക്കാൻ വരുന്നവരെ ചില വൈകുന്നേരങ്ങളിൽ റാണ കാണാറുണ്ട്. ചില കുട്ടികളുടെ മുഖത്ത് ഭയവും മറ്റു ചില കുട്ടികളുടെ മുഖത്ത് അത്ഭുതവും അനുതാപവും. ചിലർ ചിലപ്പോൾ അവരുടെ കയ്യിലെ മിഠായി നീട്ടും. മുതിർന്നവരിൽ ചിലർ പലപ്പോഴും നാണയത്തുട്ടുകളും.

അവർ തന്റെ ആരുമല്ല എന്ന് എളുപ്പത്തിൽ തിരിച്ചറിഞ്ഞ് റാണ ഒറ്റനോട്ടത്തിൽ മുഖം തിരിക്കും. ആ സന്ധ്യയ്ക്ക് തന്നെ തനിച്ചാക്കി തന്റെ അമ്മ എവിടെയാണ് പോയത് എന്നതായിരുന്നു റാണയുടെ നിതാന്തമായ അത്ഭുതം.

കടലിനോടും ആകാശത്തോടും റാണ നിരന്തരം ചോദിച്ച ചോദ്യം. ഒരു മറുപടിയും കിട്ടിയില്ല. ഒരിക്കൽ തോന്നി ഈ കടലും ആകാശവും ഒക്കെ അവരുടെ അമ്മമാരെ തിരയുക തന്നെയാണ് എന്ന്. തന്റെ അമ്മയെക്കുറിച്ച് അവരോട് ചോദിച്ചിട്ട് കാര്യമൊന്നുമില്ല എന്ന് അതോടെ തീർച്ചയായി.

എന്നിട്ടും റാണ കടൽക്കരയിലും മറ്റെവിടെയും അമ്മമാരെ ശ്രദ്ധിച്ചു. എപ്പോഴും ഒറ്റനിമിഷത്തിൽ നിഷേധാർത്ഥം കിട്ടി. എങ്കിലും ചിലപ്പോൾ ദുർലഭം ചിലർ എന്തോ ചില ധാരണകളോടെ തന്നെ തിരിഞ്ഞുനോക്കുന്നത് റാണ കണ്ടു.

ഒരാഴ്ചയായി അങ്ങനെ ഒരാളെ നിത്യവും കാണുന്നു. ഓരോ തവണയും അവരുടെ നോട്ടത്തിന്റെ കൂർമത വർദ്ധിക്കുന്നു.

റാണയ്ക്ക് അവരെ ഇഷ്ടമായില്ല. അതുകൊണ്ട് അവരുടെ നോട്ടപ്പാടിൽനിന്ന് വേഗം നടന്നകന്നു. അവർ ഒരിക്കലും പിന്തുടർന്നുമില്ല.

ഇപ്പോൾ ഇതാ, തന്റെ താമസസ്ഥലത്തിന്റെ മുൻപിൽ വന്ന് നിൽക്കുന്നു.

താൻ എപ്പോഴും തിരിഞ്ഞു നോക്കാതെയാണ് നടക്കാറ്. തനിക്ക് പൊറുക്കാൻ ഉള്ളത് മുന്നിലാണ്, പിന്നിൽ അല്ലല്ലോ. അതിനാൽ ഇവർ പിന്തുടരുന്ന കാര്യം അറിഞ്ഞില്ല.

വീട്ടുജോലികൾ ചെയ്യാൻ അലഞ്ഞു തിരിയുന്ന ഒരാളാണ് എന്നു തോന്നി. പക്ഷേ ഇത് ഒരു വീട് അല്ല, ഇവിടെ ഒരു ജോലിയും ഇല്ല.

പൊയ്ക്കൊള്ളാൻ ആംഗ്യം കാണിച്ചിട്ടും അവർ പോയില്ല. ‘പോ’ എന്ന് ഉറക്കെ ആട്ടിയപ്പോഴോ പെട്ടെന്ന് പൊട്ടിക്കരഞ്ഞു കുഴഞ്ഞുവീണു.

എന്തു ചെയ്യണം എന്ന് അറിയാൻ വയ്യാതെ റാണ കുഴങ്ങി. ഏതോ ഒരു ഉൾവിളിയാൽ എന്നപോലെ കുപ്പിയിലെ കുടിവെള്ളം കുറച്ച് അവരുടെ വായിൽ ഒഴിച്ചുകൊടുത്തു.

കുറച്ചു കഴിഞ്ഞ് അവർ കണ്ണുകൾ മലർക്കെ തുറന്നു. നോട്ടത്തിൽ സന്തോഷവും തൃപ്തിയും ഉണ്ടായി. അവർ പതുക്കെ ഉരുവിട്ടു:

''ഹേ ഭഗവാൻ, അവിടുത്തെ ദയ! എന്റെ കുട്ടിയെ എനിക്ക് കണ്ടുകിട്ടും എന്ന് എനിക്ക് നിശ്ചയമുണ്ടായിരുന്നു. എല്ലാം ഉപേക്ഷിച്ച് മരിക്കാൻ കടലിൽ ഇറങ്ങിയ ഞാൻ മനം മാറി മടങ്ങി വന്നപ്പോൾ കാണാതായില്ലേ. പിന്നെ ഇന്നോളം എത്ര തിരഞ്ഞു ഞാൻ. അത്ഭുതം ഒന്നുമില്ല. ഒരിക്കൽ ഉപേക്ഷ വിചാരിച്ചാൽ പിന്നെ അനന്തൻകാട്ടിൽ അല്ലേ ലല്ലൂ നിന്നെ കാണൂ!''

സന്ധ്യ മയങ്ങുന്നതോടൊപ്പം അമ്മയുടെ കണ്ണുകൾ പതുക്കെ അടയുന്നത് റാണ കണ്ടു.

ഇനി ഈ കടൽക്കരയിൽ ഒന്നിനായും തിരയാനില്ല എന്ന നിശ്ചയം മനസ്സിൽ ഊറിക്കൂടി.

അതേസമയം മറ്റൊന്നു കൂടി തോന്നി: കടലിൽ നിന്നും കരയിൽ നിന്നും മറ്റാർക്കും വേണ്ടാത്തവരായി അനാഥർ ഇവിടെ ഇനിയും വരും. അവർക്കും ദാഹിക്കുകയും വിശക്കുകയും ചെയ്യും.

■

ചുപ്പാമണി

"ചുപ്പാമണീ, ഡേയ് ചുപ്പാമണീ, ഇഞ്ചെ വാടാ. ഇന്നിക്ക്, ഉന്നെ നാൻ കൊന്നുപോടുവേൻ, ഡാ.'' കോന്തിപ്പട്ടർ ഉറക്കെ വിളിച്ചാർക്കും.

കോന്തിഭട്ടർ ചുപ്പാമണിയുടെ അച്ഛന്റെ അച്ഛനാണ്. എന്റെ അയൽക്കാരാണ് ഈ കുടുംബം. ഞങ്ങൾക്കിടയിൽ വേലിയില്ല. അതിര് എന്ന ഒരു സങ്കല്പമുണ്ട്. ആ അതിരിൽ കുറച്ച് മരങ്ങൾ നിൽപ്പുണ്ട്. പക്ഷേ അവയ്ക്കിടയിൽ ഇഷ്ടംപോലെ വിടവുകൾ ഉള്ളതുകൊണ്ട് ആർക്കും എപ്പോൾ വേണമെങ്കിലും അതിലൂടെ കടന്നുപോകാം. അല്ലെങ്കിലും ആ കാലങ്ങളിലൊന്നും വഴികൾക്ക് വേലികൾ തടസ്സങ്ങളുണ്ടായിരുന്നില്ലല്ലോ. ഏതിലൂടെയും ആർക്കും പോകാമായിരുന്നു. എന്തുകൊണ്ട് ഇതിലേ പോകുന്നു എന്ന് ആരും ആരോടും ചോദിക്കില്ല. ഏതിലൂടെയാണോ സൗകര്യം അതിലൂടെ നടക്കാം.

ചുപ്പാമണിയുടെയും എന്റെയും വീടുകൾ തമ്മിൽ അകലമുണ്ടായിരുന്നില്ല എന്നതുപോലെ ഞങ്ങൾ തമ്മിലും അകലം ഉണ്ടായിരുന്നില്ല. ഞങ്ങൾ ഇരുവരും ഒരുപോലെ വികൃതികൾ. പക്ഷേ ചുപ്പാമണി എന്നേക്കാൾ എത്രയോ ഇരട്ടി വികൃതി.

അതുകൊണ്ട് എപ്പോഴും ചുപ്പാമണിക്കാണ് ശിക്ഷ മുഴുവൻ കിട്ടുന്നത്. കൂട്ടത്തിൽ എനിക്കും ചെറുതല്ലാത്ത ചിലതൊക്കെ കിട്ടാറുണ്ട് എന്നു മാത്രം.

എന്റെയും ചുപ്പാമണിയുടെയും അമ്മമാർ സുഹൃത്തുക്കളാണ്. തൈലാംബാൾ എന്ന ആ അമ്മ്യാർ ചുപ്പാമണിക്ക് മൂന്നു വയസ്സുള്ളപ്പോൾ മരിച്ചുപോയി. പിന്നെ ചുപ്പാമണിക്ക്, ചുപ്പാമണിയുടെ അപ്പാവ് മാത്രമാണ് ഉണ്ടായിരുന്നത് ആശ്രയമായിട്ട്. അദ്ദേഹം മദിരാശിയില് ഒരു ഹോട്ടലിൽ ജോലിക്കാരനായിരുന്നു. അവിടെയിരിക്കെ എന്ത് കാരണത്താലോ എങ്ങനെയോ അദ്ദേഹവും മരിച്ചു

പോയി. അങ്ങനെ ചുപ്പാമണിക്ക് ആരുമാരും ഇല്ലാതെയായി, മുത്തശ്ശനായ കോന്തിപ്പട്ടർ ഒഴികെ.

തൈലാംബാൾ എന്ന അമ്മ്യാർ എന്റെ അമ്മയുമായി എത്ര മാത്രം സ്നേഹത്തിലായിരുന്നുവെന്ന് പറഞ്ഞറിയിക്കുവാൻ പ്രയാസം.

ആരും കാണാതെ ചുപ്പാമണിക്ക് എന്റെ അമ്മ ചോറും കറിയുമൊക്കെ വിളമ്പിക്കൊടുക്കും. ഇവിടന്ന് ഭക്ഷണം കഴിക്കരുതെന്നാണ് കോന്തിപ്പട്ടരുടെ ശാസന. കാരണം അവർ ബ്രാഹ്മണരാണ്, ഞങ്ങൾ അങ്ങനെയല്ല. അതുകൊണ്ട് അവിടെ കിട്ടുന്നതു മാത്രമേ കഴിക്കാവൂ.

അത് ചുപ്പാമണി ഒരിക്കലും പാലിക്കാറില്ല. ഞങ്ങളുടെ വീട്ടിൽ നിന്ന് എന്നു മാത്രമല്ല, ചുപ്പാമണിക്ക് ആരും ഇല്ല എന്ന് അറിയാവുന്ന എല്ലാ വീട്ടമ്മമാരും ചുറ്റുവട്ടത്തുള്ള മറ്റുള്ളവരുമൊക്കെ കഴിയാവുന്നത്രയും സംഭാവനകൾ ചുപ്പാമണിയുടെ വിശപ്പിനും ദാഹത്തിനും പരിഹാരമായി എപ്പോഴും നീക്കിവയ്ക്കാറുണ്ട്. അതൊക്കെ ചുപ്പാമണി സ്വീകരിക്കാറുമുണ്ട്.

ചുപ്പാമണിക്കും എനിക്കും ഒൻപത് വയസ്സായത് മുതൽ, ചുപ്പാമണിക്ക് ഒരു ഭാരിച്ച ജോലി ചെയ്യാനുണ്ട്. അത്രതന്നെ ഭാരമില്ലാത്ത ഒരു ജോലിയും അതിന്റെ കൂടെയുണ്ട്. ഭാരിച്ച ജോലി കോന്തിപ്പട്ടരെ കയറ്റിയിരുത്തിയ മരവണ്ടി മുറ്റത്തൂടെയും തൊടിയിലൂടെയും വലിച്ചുകൊണ്ട് നടക്കുകയാണ്. കോന്തിപ്പട്ടർക്ക് നടക്കാൻ വയ്യ. ഇരിക്കാൻ കഷ്ടി സാധിക്കും. വണ്ടിയിൽ ചമ്രം പടിഞ്ഞിരിക്കും. അദ്ദേഹം ആശാരിയെക്കൊണ്ട് പ്രത്യേകം പണിയിപ്പിച്ച ഒരു വണ്ടി. രണ്ടുമൂന്ന് പലകകൾ ചേർത്തുവച്ച് അടിയിലൂടെ ബന്ധപ്പെടുത്തി അതിന് നാലു ചക്രങ്ങളും ഉന്തിക്കൊണ്ട് പോകാനും വലിച്ചോണ്ടു പോകാനും ഉള്ള പിടികളും വെച്ചു. ചെറിയ ചക്രമാണ്. ചുപ്പാമണി വേണം അദ്ദേഹത്തെ വലിച്ചുകൊണ്ടു പോകാൻ. ഭാഗ്യത്തിന് കോന്തിപ്പട്ടർക്ക് ശരീരഭാരം നന്നേ കുറവായിരുന്നു.

മഠത്തിൽ ഒരു കാര്യസ്ഥനുണ്ട്, നാരായണൻ നായർ. അയാൾ കോന്തിപ്പട്ടരെ എടുത്ത് വണ്ടിയിൽ വയ്ക്കും.

കാര്യസ്ഥൻ മറ്റു ജോലികൾക്കായോ തന്റെ വീട്ടിലേക്കോ പോകുമ്പോൾ ചുപ്പാമണിയാണ് വലിച്ചുകൊണ്ട് നടക്കേണ്ടത്. അതു മാത്രമല്ല, വലിച്ചുകൊണ്ട് നടക്കുന്നതിനിടയ്ക്കുതന്നെ ആവശ്യം വന്നാൽ, ആ പരിപാടി നിർത്തിയിട്ട് കോന്തിപ്പട്ടർക്ക് വെറ്റിലയും അടയ്ക്കയും ചേർത്ത് ഇടിച്ച് കൊടുക്കുന്ന ജോലി കൂടി ചുപ്പാമണിയാണ് നിർവഹിക്കുക. ഇടിച്ചുകൊടുത്താൽ പോരാ,

അത് മരവുരലിനകത്ത് കൈയിട്ട് തോണ്ടിയെടുത്ത് കോന്തിപ്പട്ടരുടെ വായിൽ വച്ചുകൊടുക്കുക കൂടി ചെയ്യണം.

ചുപ്പാമണി ഇങ്ങനെ കോന്തിപ്പട്ടരുടെ വായിൽ കൊടുത്ത ശേഷം തന്റെ വിരലുകൾ ഈമ്പി ആസ്വദിക്കും. അപ്പോൾ ചുപ്പാമണിയുടെ വിരലും ചുണ്ടും വായും ചുവക്കും. ഇതു കണ്ടാലാണ് കോന്തിപ്പട്ടർക്ക് കലി കയറുക. കാരണം, അദ്ദേഹത്തിന്റെ ചുണ്ടുകൾ ഒരിക്കലും ചുവക്കാറില്ല. ചുണ്ട് ചുവന്നു കണ്ടാലാണ് ചുപ്പാമണിയെ അദ്ദേഹം കാര്യമായിട്ട് ശാസിക്കുന്നതും ശിക്ഷിക്കുന്നതും. ശിക്ഷ തലയിലിട്ടു കിഴുക്കാണ്. കിഴുക്കാനുള്ള ഇടമായി ചുപ്പാമണിയുടെ നെറ്റിക്കു മുകളിലായുള്ള പ്രദേശമാണ് കോന്തിപ്പട്ടർ തിരഞ്ഞെടുക്കുക. കാരണം അവിടെ മുടിയില്ല. ഉപനയനം കഴിഞ്ഞതോടുകൂടി തലയുടെ മുൻഭാഗം മുടിയില്ലാത്തതായി. 'റ' എന്ന അക്ഷരത്തിന്റെ ആകൃതിയിൽ ഉള്ള അതിർത്തിക്ക് പിന്നിൽ തലയുടെ ബാക്കി ഭാഗത്ത് മാത്രമേ മുടി ശേഷിക്കുന്നുള്ളൂ.

മുടിയില്ലാത്തിടത്ത് മേടിയാൽ നല്ല വേദനയുണ്ടാകുമെന്നതു കൊണ്ട് കോന്തിപ്പട്ടർ സ്ഥിരമായി ചെയ്യുന്ന ഒരു വിനോദമാണ് ഇത്.

അദ്ദേഹത്തിന് ആരോടെങ്കിലും ദേഷ്യം വന്നാൽ, പരാതിയുണ്ടെങ്കിൽ, മറ്റെന്തെങ്കിലും വിഷമം തോന്നിയാലും അതൊക്കെ തീർക്കുന്നത് പാവം ചുപ്പാമണിയുടെ മൊട്ടത്തലയിലാണ്.

അതിനാണ് വിളിക്കുന്നത്: ''ഡേയ് ചുപ്പാമണീ, ഇഞ്ചെ വാടാ. ഇന്നിക്ക്, ഉന്നെ ഞാൻ കൊന്നുപോടുവേൻ ഡാ.'' ഈ അലർച്ച ഏഴു ലോകങ്ങളിലും മുഴങ്ങി കേൾക്കാം.

ചുപ്പാമണി തരം കിട്ടിയാൽ മഠത്തിൽനിന്ന് രക്ഷപ്പെട്ട് നാടു നീളെ നടക്കും. സ്കൂളിൽ എന്റെ ക്ലാസ്സിലാണ്, വല്ലപ്പോഴുമേ വരാറുള്ളൂ. വന്നാൽത്തന്നെ എല്ലാ അധ്യാപകരുടെയും ശിക്ഷയാണ് ചുപ്പാമണി ഏറ്റുവാങ്ങുന്ന ഏറ്റവും വലിയ സമ്മാനം. ചുപ്പാമണിക്ക് അതൊരു ബഹുമതി പോലെയാണ്.

തല്ലു കിട്ടിയാൽ ചുപ്പാമണിക്ക് വേദനിക്കില്ല എന്നാണ് നാട്ടുകാരുടെ വിശ്വാസം. വേദനിക്കും എന്ന് ചുപ്പാമണിക്കും എനിക്കും മാത്രമേ അറിയൂ. കാരണം, ആ രഹസ്യം ചുപ്പാമണി എന്നോട് പറഞ്ഞിട്ടുണ്ട്. ഒരിക്കൽ എന്നെ കെട്ടിപ്പിടിച്ച് പൊട്ടിക്കരഞ്ഞു:

''എന്നടാ അപ്പൂ, എതുക്ക് എല്ലാരുമേ ഇന്ത മാതിരി? എനക്ക് അപ്പാവില്ല, അമ്മാവില്ല. നീ താൻ ഉണ്ട്.''

ഞങ്ങൾ ഇരുവരും കരയുന്ന കാര്യത്തിലും വികൃതി കാണിക്കുന്ന കാര്യത്തിലും എപ്പോഴും ഒരേ തരക്കാരായിരുന്നതുകൊണ്ട് പരസ്പരം പറയാൻ ഞങ്ങൾക്ക് ഏറെയുണ്ടായിരുന്നു. പറയാതെയും പലതും ഞങ്ങൾ അറിഞ്ഞു.

എന്തൊക്കെ വികൃതികളാണ് ചുപ്പാമണി കാണിച്ചിട്ടുള്ളത് എന്ന് പറഞ്ഞറിയിക്കാൻ പ്രയാസം. ചുപ്പാമണിയോട് വല്ലതും പറയാൻ ആരും ഇല്ലാത്തതുകൊണ്ട് ശകാരിക്കുന്നതെങ്കിലും കേൾക്കാനിഷ്ടമായിരുന്നു എന്നു വേണം കരുതാൻ. അതുകൊണ്ടായിരിക്കും ചുപ്പാമണി ഇത്രയുമേറെ വികൃതികൾ കാണിക്കാൻ എപ്പോഴും തയ്യാറായത്.

പക്ഷേ അത്ര മോശം വികൃതികൾ എന്നു പറയാനൊന്നും പറ്റില്ല. ആരുടെയെങ്കിലും എന്തെങ്കിലും ഒന്ന് എടുത്തുകൊണ്ടു പോവുകയോ ആരെയെങ്കിലും ഉപദ്രവിക്കുകയോ പരിഹസിക്കുകയോ ഒന്നും ചുപ്പാമണി ചെയ്യില്ല.

ചുപ്പാമണി ചെയ്യുന്നത് ചെറിയ ചെറിയ കാര്യങ്ങളാണ്. ഉദാഹരണത്തിന് ഒരു പശുവിനെ വയലിൽ കൊണ്ടുപോയി വളരെ ചെറിയ ഒരു കയറിൽ കെട്ടിയിട്ടത് കണ്ടാൽ ചുപ്പാമണി ആ പശുവിനെ അഴിച്ചു വിടും. കാരണം ആ ചെറിയ കയറിൽ ചെറിയ വട്ടത്തിൽ കറങ്ങിയാൽ കിട്ടുന്നത് അരമണിക്കൂർകൊണ്ട് ഭക്ഷിച്ചു കഴിഞ്ഞാൽ പിന്നെ ഈ പശുവിന് ഒന്നും വേറെ കിട്ടാനില്ല. അപ്പോൾ അതു ദയനീയമായും ഉറക്കെയും അമറാൻ തുടങ്ങും. ഇത് ദൂരെ തന്നെ കേൾക്കാവുന്നതുകൊണ്ട് ചുപ്പാമണി ഓടിച്ചെന്ന് പശുവിന്റെ കയറ് കഴുത്തിൽ നിന്ന് ഊരി അതിനെ സ്വതന്ത്രമാക്കും.

ഈ പശുവാകട്ടെ, സ്വാതന്ത്ര്യം കിട്ടിയ ഉടനെ ആദ്യം ചെയ്യുന്നത് ഏറ്റവും പച്ചയായി കാണുന്ന വയലിലിറങ്ങി ഇഷ്ടമുള്ളിടത്തോളം നെല്ലോ പച്ചക്കറിയോ എന്താണെന്നു വച്ചാൽ അതു മുഴുവൻ വലിച്ചുവാരി തിന്നും കടിച്ചു പറിച്ചും കളയുകയാണ്. എങ്ങനെ പശു കയറഴിഞ്ഞു എന്നത് ആദ്യമാദ്യം വലിയ ദുരൂഹതയായിരുന്നു. പിന്നീട് എല്ലാവർക്കും മനസ്സിലായി ചുപ്പാമണി അഴിച്ചു വിടുന്നതാണെന്ന്. അതുകൊണ്ട് ആരുടെയെങ്കിലും പശു എവിടെന്നെങ്കിലും കെട്ടഴിഞ്ഞ് എങ്ങോട്ടെങ്കിലും പോയാൽ, അതിന്റെ എല്ലാ ശിക്ഷയും ചുപ്പാമണി ഏറ്റുവാങ്ങുന്ന അവസ്ഥയായി. ചുപ്പാമണി വല്ലപ്പോഴും ഒരു പശുവിനെ അഴിച്ചുവിടും എന്നത് ശരിയാണ്. പക്ഷേ ഇങ്ങനെ അഴിച്ചുവിടപ്പെടുന്ന, അല്ലെങ്കിൽ അഴിഞ്ഞു പോകുന്ന, എല്ലാ പശുക്കളുടെയും ചുമതല ചുപ്പാമണിയുടെ തലയിൽ വന്നു.

അതോടെ പശുവിന്റെ ഉടമസ്ഥന്മാരും കൃഷിക്കാരും ഒരുപോലെ ചുപ്പാമണിയെ വഴക്ക് പറഞ്ഞു, ചിലർ ശിക്ഷിക്കുകതന്നെ ചെയ്തു. അതും മണ്ടയ്ക്ക് മേട്ടമോ അടിയോ തന്നെ. അതു കഴിഞ്ഞാലോ, അവർ കോന്തിപ്പട്ടരുടെ അടുത്തു നേരിട്ടു ചെന്ന് പരാതി പറയും. അപ്പോൾ കോന്തിപ്പട്ടര് ചുപ്പാമണിയെ അരികിൽ വിളിച്ചുവരുത്തി തന്റെ കൈ മടക്കി ചുപ്പാമണിയുടെ മൊട്ടത്തലയിൽ മേടാൻ തുടങ്ങും.

ഓരോ പരാതിക്കും ഓരോ മേട്ടം എന്ന കണക്കിൽ ചിലപ്പോൾ അറുപതോ എഴുപതോ വരെ മേട്ടങ്ങളുള്ള ദിവസങ്ങൾ ഉണ്ടാകാറുണ്ട്. പിന്നെയുള്ള ഒരു വികൃതി, സാധാരണ കുട്ടികളൊക്കെ ചെയ്യുന്നപോലെ എവിടെയെങ്കിലും ഏതെങ്കിലും തൊടിയിൽ പഴുത്ത മാങ്ങയോ പേരയ്ക്കയോ ഉണ്ടെങ്കിൽ അത് ചുപ്പാമണി എറിഞ്ഞോ കയറി ഇറുത്തോ കൈയിലാക്കും. എന്നിട്ട് അത് തന്റെ കൂടെ ആരൊക്കെയുണ്ടോ അവർക്കൊക്കെ വിതരണം ചെയ്യുകയും ചെയ്യും.

അതുപോലെ ഏതെങ്കിലും കുളത്തിലോ കായലിലോ ആമ്പൽപ്പൂ നിൽക്കുന്നതു കണ്ടാൽ, അതിലിറങ്ങി നീന്തിപ്പോയി അതു മുഴുവൻ പൊട്ടിച്ചെടുത്ത് കരയിൽ കൊണ്ടുവന്ന് തിന്നാൻ തുടങ്ങും. ആ പൂവിനകത്തുള്ള കേസരം എന്നു പറയുന്ന ഭാഗം തിന്നാൻ വളരെ സ്വാദുള്ള ഒന്നാണ്. അങ്ങനെ ആരുടെ കുളത്തിലെ ഏത് ആമ്പലും ഏത് താമരയും പൊട്ടിച്ച് ഭക്ഷിക്കാൻ ചുപ്പാമണി ജാഗ്രത പുലർത്തി എന്നു മാത്രമല്ല, അത് പങ്കുവച്ച് ഞങ്ങൾക്കൊക്കെ തരികയും ചെയ്യും.

ചുപ്പാമണിക്ക് എല്ലാ ജീവികളെയും ഇഷ്ടമായിരുന്നു. എല്ലാ ജീവികൾക്കും ചുപ്പാമണിയേയും ഇഷ്ടം. പറക്കുന്നതും ഇഴയുന്നതും നീന്തുന്നതും എല്ലാം കൂട്ടുകാർ തന്നെ. ഒരു മൃഗത്തെയും ചുപ്പാമണിക്ക് പേടിയും ഇല്ലായിരുന്നു. കാക്കയോ കിളിയോ അണ്ണാറക്കണ്ണനോ എന്തായാലും ചുപ്പാമണി കൈ നീട്ടിക്കാണിച്ചാൽ കയ്യിൽ വന്നിരിക്കും. അവയോട് സംസാരിക്കുന്നതും അതൊക്കെ മനസ്സിലായി എന്ന അർത്ഥത്തിൽ അവ പെരുമാറുന്നതും ഞാൻ കണ്ടിട്ടുണ്ട്. എടുത്തു പറയേണ്ട ഒരു കാര്യം: ഒരു പട്ടിയും പാമ്പും പൂച്ചപോലും ഇന്നേവരെ കടിച്ചിട്ടില്ല.

* * *

ഇങ്ങനെ ഇരിക്കെ ഒരു ദിവസം കോന്തിപ്പട്ടര് മേടാൻ വിളിച്ചപ്പോൾ ചുപ്പാമണിയെ കാണാനില്ല. ചുപ്പാമണി എവിടെപ്പോയി എന്ന്

അറിയാൻ കോന്തിപ്പട്ടരുടെ വിളി ഉറക്കെ ഉറക്കെ അലർച്ചപോലെയായി. അയൽക്കാരായ ഞങ്ങളുടെയൊക്കെ വീടുകളിൽ നിന്ന് ആളുകൾ അവിടെ ചെന്നു. എവിടെ എവിടെ ചുപ്പാമണി എവിടെ ചുപ്പാമണി എന്നായി എല്ലാവരും അന്യോന്യം. ചുപ്പാമണി എങ്ങും ഇല്ല.

എന്നോട് എന്റെ അമ്മ രഹസ്യമായി ചോദിച്ചു: ''നിനക്കറിയാമോ ചുപ്പാമണി എവിടെയാ പോയേന്ന്?''

ഞാൻ പറഞ്ഞു: ''അറിയില്ലമ്മാ.''

ഞാൻ അമ്മയോട് കളവു പറയാറില്ല.

അപ്പോൾ അമ്മയ്ക്ക് തീർച്ചയായി: ചുപ്പാമണി ആരോടും പറയാതെ എവിടെയോ പോയിരിക്കുന്നു അഥവാ ചുപ്പാമണിക്ക് എന്തോ അപകടം സംഭവിച്ചിരിക്കുന്നു.

അങ്ങനെ ഞങ്ങളൊക്കെ ഓരോ വഴിക്ക് ചുപ്പാമണിയെ തിരയാൻ തുടങ്ങി. കുന്നിൻപുറത്ത് ഒരു ചെറിയ കാടുണ്ട്. അതിനകത്ത് ഒരുപാട് ഊഞ്ഞാൽ പോലുള്ള തടിച്ച വള്ളികളുമുണ്ട്. അതിൽ കേറിയിരുന്ന് ആടുന്നത് ചുപ്പാമണിക്കിഷ്ടമാണ്. ഒറ്റയ്ക്കും കൂട്ടായും അവിടെപ്പോയി ഈ ആട്ടത്തിൽ എപ്പോഴും രസിക്കാറുണ്ട്. അവിടെ നോക്കി. അവിടെയൊന്നും ആരുമില്ല.

പുഴയിലിറങ്ങി മുങ്ങി നീന്തി ഊളിയിട്ട് കളിക്കുന്ന ഏർപ്പാടുണ്ട്. അത് മിക്കവാറും എല്ലാവരും കൂടിച്ചേർന്ന് ചെയ്യുന്നതാണ്. ചുപ്പാമണി തനിച്ച് ചെയ്യാറില്ല. എന്നാൽ ചിലപ്പോൾ ബാക്കിയെല്ലാം മടുത്തുകഴിഞ്ഞാൽ, ആരും കൂട്ടിന് ഇല്ലെങ്കിലും നീന്തി കുത്തി മറിഞ്ഞ് കണ്ണു രണ്ടും ചെമ്പരത്തിപോലെ ചുമക്കുന്നതു വരെ മുങ്ങിയാണ് കയറി വരിക.

അവിടെയും ഞങ്ങൾ നോക്കി. ഇല്ല, ആ ഭാഗത്തൊന്നും ചുപ്പാമണി ഇല്ല.

അമ്പലത്തിന്റെ തിടപ്പള്ളി കഴകക്കാരൻ ശർക്കര, മുന്തിരിങ്ങ, കൽക്കണ്ടം, പഴം, അവില് മുതലായ സാധനങ്ങൾ സൂക്ഷിച്ച് വച്ചിരിക്കുന്ന ഇടമാണ്. ആരെങ്കിലും വന്ന് വഴിപാട് വല്ലതും നേർന്നാൽ ഈ കലവറയിൽനിന്ന് എടുത്തിട്ടാണ് അതിനുള്ള പ്രസാദം പാകപ്പെടുത്തുന്നത്.

അവിടെ കയറി ആരും കാണാതെ ഒരു മുക്കിലൊളിച്ചിരുന്ന് ഈ വിഭവങ്ങളൊക്കെ അത്യാവശ്യം എടുത്തു കഴിക്കുന്ന പതിവ് ചുപ്പാമണിക്കുണ്ടായിരുന്നു. ചുപ്പാമണിയോട് ദൈവം പോലും പൊറുക്കും എന്നാണ് എന്റെ അമ്മ പറയാറ്. കാരണം ചുപ്പാമണിക്ക്

വീട്ടിൽ ശരിയായി ഭക്ഷണം കിട്ടില്ല. പട്ടർ മഹാപിശുക്കനാണ്. പണം പലിശയ്ക്ക് കൊടുത്ത് കുറെ സമ്പാദിച്ചിട്ടുണ്ട്. പക്ഷേ മഠത്തിലെ അടുക്കളയിൽ ഒന്നും തന്നെ പാകം ചെയ്യാറില്ല. ഭക്ഷണമായി കിട്ടുന്നത് അമ്പലത്തിൽനിന്നു കൊണ്ടുവരുന്ന നിവേദ്യച്ചോറും ചിലപ്പോൾ ഇത്തിരി പായസവുമാണ്. അത് രാവിലെ കഴിക്കും. ഉച്ചയ്ക്കും കഴിക്കും. വൈകുന്നേരവും കഴിക്കും. അതിന്റെ കൂടെ വിഭവമായുള്ളത് കുറച്ച് വെളിച്ചെണ്ണയും രണ്ട് കല്ല് ഉപ്പുമാണ്. വെളിച്ചെണ്ണയും ഉപ്പുംകൂടി ചോറിൽ കൂട്ടിക്കുഴച്ച് അതു വേണം കഴിക്കാൻ. പിന്നെ കുറച്ച് വെള്ളവും കുടിക്കാം. കോന്തിപ്പട്ടർക്കും അത്ര തന്നെയേ ഭക്ഷണമുള്ളൂ. പക്ഷേ കോന്തിപ്പട്ടർക്ക് പാലോ തൈരോ മോരോ അധികമായി ഉണ്ട്. ചാവാളികൾ എങ്കിലും മഠത്തിലെ തൊഴുത്തിലെപ്പോഴും പശുക്കൾ ഉണ്ടാകാറുണ്ട്. അവയെ കാര്യസ്ഥൻ നോക്കും. കാര്യസ്ഥൻ തന്നെ കറന്ന് പാല് വെള്ളം ചേർക്കാതെ കാപ്പിയാക്കി കോന്തിപ്പട്ടർക്കു കൊടുക്കും. അയാളും കുടിക്കും. പക്ഷേ, ഒരിക്കലും ചുപ്പാമണിക്ക് കിട്ടാറില്ല. ചുപ്പാമണിക്ക് വയറുനിറയെ ഭക്ഷണം കിട്ടണമെങ്കിൽ മറ്റേതെങ്കിലും വീട്ടമ്മ കനിയണം.

നാട്ടിലെ എല്ലാ സ്ത്രീകൾക്കും അറിയാം ചുപ്പാമണിയുടെ അമ്മയെ. ആരോടും എപ്പോഴും ചിരിക്കുന്ന ഒരു അമ്മിയാരുകുട്ടി. ആടാനും പാടാനും ഒക്കെ വലിയ കഴിവ്. വധുവായി വന്നുകേറിയ അവർ നാട്ടിലുള്ള എല്ലാ സ്ത്രീകളെയും പാട്ടും ഡാൻസുമൊക്കെ പഠിപ്പിച്ചു.

വിവാഹം കഴിഞ്ഞ് കുറച്ചു കാലം തൈലാംബാളും ഭർത്താവും കൂടി മദിരാശിയിൽ (ഇപ്പോഴത്തെ ചെന്നൈ നഗരത്തിൽ) പോയി താമസിച്ചിട്ടുണ്ട്. ആ കാലത്താണ് ചുപ്പാമണി ജനിക്കുന്നതും രാജകുമാരനെപ്പോലെ വളരുന്നതും ചന്തവും ആരോഗ്യവുമുള്ള ഒരു കുട്ടിയായി അവരുടെ കൂടെ നാട്ടിലേക്ക് വരുന്നതും. കോന്തിപ്പട്ടരെ നോക്കാൻ ആളില്ലാതിരുന്നതുകൊണ്ടാണ് ചുപ്പാമണിയുടെ അമ്മയെ അച്ഛൻ മഠത്തിൽ കൊണ്ടുവന്നാക്കുന്നത്. അവിടെ സന്തോഷമായി കഴിയേ ക്ഷയരോഗം പിടിപെട്ടു. ചുമച്ചു ചുമച്ച് അസ്ഥി മാത്രമായി മരിക്കുകയായിരുന്നു. ആ കാലത്ത് ക്ഷയരോഗത്തിന് കാര്യമായി മരുന്നില്ലായിരുന്നു. ഉണ്ടായിരുന്ന മരുന്നിന്റെ കൂടെ കഴിക്കേണ്ട മുട്ട മുതലായ പോഷകാഹാരങ്ങൾ മഠത്തിൽ കയറ്റാൻ വയ്യ. അഞ്ചെട്ട് മാസംകൊണ്ട് അവര് ചുമച്ചു ചുമച്ച് അവശയായി മരിച്ചു. വൈകാതെ അച്ഛനും മരിച്ചു. അതിനുശേഷമാണ് ചുപ്പാമണി നാട്ടിൽ അനാഥൻ എന്നു പറയാവുന്ന അവസ്ഥയിൽ ആയത്.

കഴിക്കാൻ അമ്പലത്തിൽനിന്നു കിട്ടുന്ന ഏതോ കാലംതൊട്ടുള്ള അവകാശച്ചോറും അവകാശപ്പായസവും വഴിപാടിന്റെ പങ്കുകളും മാത്രം. അമ്പലത്തിൽ ഒറ്റയപ്പം ചുട്ടാൽ ഒരു തുണ്ട് കിട്ടും. അമ്പലത്തിൽ പായസം വച്ചാൽ ഒരിത്തിരി പായസവും. തരിപ്പണം എന്നു പറയുന്ന, അരി വറുത്തു പൊടിച്ച് ശർക്കര കൂട്ടി ഇടിച്ചുണ്ടാക്കുന്ന, പലഹാരത്തിന്റെയും പങ്ക് കിട്ടും. ഇതൊക്കെ ചുപ്പാമണി തനിക്കു കിട്ടുന്നതിൽനിന്ന് എനിക്കു കൊണ്ടുവന്ന് തരുമായിരുന്നു. വീട്ടിൽ വിശേഷപ്പെട്ട എന്ത് ഉണ്ടാക്കിയാലും ചുപ്പാമണിക്ക് ആദ്യമേ അമ്മ എടുത്തുകൊടുക്കുന്ന പതിവുമുണ്ടായിരുന്നു.

എന്റെ അമ്മയും തൈലാംബാളും ഒരേ ആത്മാവും രണ്ട് ദേഹവും ആയായിരുന്നു. അവർ എത്രയോ നേരം വർത്തമാനം പറഞ്ഞിരിക്കയും ഉറക്കെ ഉറക്കെ ചിരിക്കയും അത് കാണുന്തോറും ചുപ്പാമണിയുടെ അച്ഛച്ഛനായ കോന്തിപ്പട്ടർക്ക് കലി കയറുകയും ചുപ്പാമണിയുടെ അമ്മയെ ചീത്തപറയുകയും ചെയ്യുന്ന പതിവുണ്ടായിരുന്നു.

ഏതായാലും ചുപ്പാമണിയെ എങ്ങും കാണാനില്ല എന്ന വാർത്ത നാടുനീളെ അതിവേഗം പരന്നു. നേരം സന്ധ്യയായതോടെ ഇത് വളരെയേറെ ആശങ്ക ഉളവാക്കുന്ന വാർത്തയായി മാറി. അതേവരെ താത്പര്യം കാണിക്കാതിരുന്നവരും ചുപ്പാമണിയെ തെരയാനായി പുറപ്പെട്ടു. ഇരുട്ടായതോടെ മുതിർന്നവരെല്ലാം പന്തവും ചൂട്ടുമൊക്കെ കെട്ടി നാട്ടിലുടനീളം തെരയാൻ തുടങ്ങി.

എവിടെ തെരഞ്ഞിട്ടും ചുപ്പാമണിയെ കാണുന്നില്ല. ഇനി എന്തു ചെയ്യും എന്നറിയാതെ എല്ലാരുമെല്ലാരും വിഷമിച്ചിരിക്കേയാണ് എന്റെ അമ്മ പറഞ്ഞത്: ‘‘മലയുടെ മുകളിൽനിന്ന് പലതരം ജീവികളുടെ വലിയ കോലാഹലം കേൾക്കുന്നുവല്ലോ. ചുപ്പാമണിയെ എല്ലാ ജീവികൾക്കും ഇഷ്ടമായിരുന്നു. മലമുകളിൽ ഒന്ന് ചെന്നു നോക്കിയാൽ...’’

ചിലർ ചിരിച്ചു തള്ളി: ‘‘ഇതെന്തൊരു വർത്തമാനമാണ്?’’

പക്ഷേ സ്ത്രീകളുടെ സംഘം തറപ്പിച്ചു തന്നെ പറഞ്ഞു: ‘‘ഒന്നു മിണ്ടാതിരുന്ന് ചെവിയോർത്തു നോക്കൂ, എന്നിട്ട് തീരുമാനിക്കാം.’’

കോന്തിപ്പട്ടർ തേങ്ങിത്തേങ്ങി കരയാൻ തുടങ്ങിയിരുന്നു.

പലരും പറഞ്ഞു, കോന്തിപ്പട്ടർ കരയുന്നത് ചുപ്പാമണിയെ കാണാത്തതുകൊണ്ടല്ല, വണ്ടി വലിക്കാനും വെറ്റില ഇടിച്ചു കൊടുക്കാനും ആളില്ലാത്തതുകൊണ്ടാണെന്ന്. അതെന്തൊരു ദുഷ്ടതയാണ്, അത് പറയരുതെന്ന് മറ്റു ചിലർ പറഞ്ഞു. അദ്ദേഹത്തിന് സങ്കടമുണ്ട്. എത്രയായാലും മകന്റെ മകനാണ്. വികൃതി കാണിക്കുന്നതു കാണുമ്പോൾ ശിക്ഷിക്കാറുണ്ട്.

അദ്ദേഹത്തിന്റെ അവശതയ്ക്ക് പരിഹാരമുണ്ടാക്കാൻ ചുപ്പാമണിയെ ഒരു വണ്ടിക്കാളയായി ഉപയോഗിക്കാറുണ്ട്.

ഇതൊക്കെ ശരിയാണെങ്കിലും ആ വൃദ്ധന് ഈ കുട്ടിയെ ഇഷ്ടമാണ് എന്ന് എന്റെ അമ്മ പരസ്യമായിത്തന്നെ പ്രഖ്യാപിക്കുന്നത് എന്നെ അത്ഭുതപ്പെടുത്തി. കാരണം അമ്മ തന്നെ പലപ്പോഴും അമ്മയോടുതന്നെ പറയാറുള്ളത് ഈ പട്ടർക്ക് ഈ വയസ്സുകാലത്ത് എന്തിന്റെ കേടാണ് എന്നാണ്. എന്തിനാണ് ആ കുട്ടിയെ ഇങ്ങനെ ഉപദ്രവിക്കുന്നത്. അതിന് സ്വന്തക്കാരായി ചോരബന്ധമുള്ള വേറെ ആരും ഇല്ലായെന്ന കാര്യം അദ്ദേഹത്തിനറിയാൻ പാടില്ലേ. പിന്നെന്തിനാണ് ഈ ഉപദ്രവമെന്ന് അമ്മ തന്നോട് തന്നെ സങ്കടത്തോടെ പിറുപിറുക്കുന്നത് ഞാൻ എത്രയോ വട്ടം കേട്ടിട്ടുണ്ട്. ആ അമ്മയാണ് പറയുന്നത്: ‘‘മകന്റെ മകനാണ്, അയാൾക്ക് ആ കുട്ടിയെ ഇഷ്ടമാണ്. അയാൾക്കും ഇല്ലല്ലോ സ്വന്തമായി വേറെ ആരും. അതുകൊണ്ട് ആരും അങ്ങനെ അദ്ദേഹത്തെ കുറ്റപ്പെടുത്താൻ പാടില്ല. കണ്ടില്ലേ, അദ്ദേഹം ഇരുന്ന് തേങ്ങിത്തേങ്ങി കരയുന്നത്?’’

കോന്തിപ്പട്ടർ ഉമ്മറത്തെ തിണ്ണയിൽ ചാരിയിരുന്ന് കരച്ചിലടക്കാൻ വയ്യാതെ ഏങ്ങലടിക്കുകയാണ്.

അപ്പോഴാണ് എന്റെ അച്ഛൻ പറഞ്ഞത്: ‘‘ഇനി നമുക്ക് എന്തായാലും ചുപ്പാമണിയെ കണ്ടുപിടിക്കാതെ മറ്റ് ഒരു ജോലിക്കും പോകാൻ ഈശ്വരനിശ്ചയമില്ല.’’

മല കയറുന്തോറും മുകളിലെ കാട്ടിൻനടുവിൽ ഉള്ള കോക്കർണിയുടെ ഭാഗത്തുനിന്ന് ഉയരുന്ന ജന്തുജീവിസംഘഗാനം ഉറക്കെ ഉറക്കെയായി. ജീവികൾ രാപകൽഭേദവും പരസ്പര വിദ്വേഷം വരെയും മറന്ന് ആ പൊട്ടക്കിണറിനു ചുറ്റും പറന്നുമിഴഞ്ഞും ഏകമനസ്സോടെ അലമുറയിടുന്നു! പട്ടികളും പൂച്ചകളും ഒക്കെ കിണറ്റിലേക്ക് നോക്കി തന്നെയാണ് ബഹളം വയ്ക്കുന്നത്. വെളിച്ചം കണ്ടപ്പോൾ, ചുപ്പാമണിയുടെ അവസാനത്തെ ശേഷിയും ഉപയോഗിച്ചുള്ള കരച്ചിൽ ഈ കോലാഹലത്തിനിടയിലും വ്യക്തമായി കേൾക്കാൻ കഴിഞ്ഞു.

അല്പം മാത്രം വെള്ളമുള്ള ആ കിണറ്റിൽ മരണത്തിൽനിന്ന് ഏറെ അകലെ അല്ലാതെയാണ് ചുപ്പാമണിയെ കണ്ടുകിട്ടിയത്. ക്ഷീണത്തിന് കുറച്ചൊരു ആശ്വാസമായപ്പോഴാണ് കുട്ടി നടന്ന കഥയൊക്കെ പറയുന്നത്:

കോന്തിപ്പട്ടരെ നോക്കുന്ന കാര്യസ്ഥൻ പല കാരണങ്ങളാലും ശത്രുവായി. അയാളുടെ ചെറിയ ചെറിയ കള്ളത്തരങ്ങൾ വെളിച്ചത്തു

കൊണ്ടുവരുവാനും അയാൾക്ക് ശിക്ഷ വാങ്ങിക്കൊടുക്കാനും ചുപ്പാമണിക്ക് കഴിഞ്ഞു.

കാലം കൊണ്ട് അയാൾക്ക് പക വർധിച്ചുവന്നു. അങ്ങനെയിരിക്കെ, മുത്തച്ഛന്റെ പെട്ടി കള്ളത്താക്കോലിട്ട് തുറന്ന് കാര്യസ്ഥൻ പണം എടുക്കുന്നുണ്ടോ എന്ന് ചുപ്പാമണിക്ക് സംശയം തോന്നി. അങ്ങനെയൊരു സംശയം ചുപ്പാമണിക്ക് ഉണ്ടായി എന്ന തോന്നൽ കാര്യസ്ഥനും ഉണ്ടായി.

തന്റെ കഥ കഴിക്കാൻ തന്നെയാണ് അയാൾ ശ്രമിച്ചത് എന്ന് ചുപ്പാമണി പറഞ്ഞു. ഈ കൊക്കർണിയിൽ ഒരു അപൂർവ്വതരം ജീവിയുണ്ട് എന്ന് പറഞ്ഞ് തന്നെ കൂട്ടിക്കൊണ്ടു പോരികയായിരുന്നു.

ഈ മഹാദുരന്തത്തിനു ശേഷം കോന്തിപ്പട്ടർക്ക് ഏറ്റവും പ്രിയപ്പെട്ട ആളായി മാറി ഈ കൊച്ചുമകൻ. അതാണ് ഈ കഥയുടെ ശുഭപര്യാവസായിയായ അന്ത്യം.

പിന്നെ ഈ കോന്തിപ്പട്ടരെ അദ്ദേഹത്തിന്റെ മരണംവരെ ഏതാണ്ടൊരു എട്ടൊമ്പത് കൊല്ലത്തോളം എല്ലാ രീതിയിലും പുലർത്തിക്കൊണ്ട് പോന്നത്, ശുശ്രൂഷിച്ചത്, ഈ കുട്ടിയാണ്. മാത്രമല്ല, അദ്ദേഹം മരിച്ചപ്പോൾ ഒരുപാടൊരുപാട് വിഷമിച്ചു ഈ കുട്ടി. അവൻ കരയുന്നത് കണ്ട് ഞാനും കരഞ്ഞുപോയി. എന്നെക്കൂടി കരയിപ്പിക്കത്തക്ക ആഴമുള്ള കരച്ചിലായിരുന്നു അവന്റെ കരച്ചിൽ. മാത്രമല്ല, ഞങ്ങളുടെ കൂടെ ജീവലോകം മുഴുവൻ കരഞ്ഞു. ■

വിരസം എങ്കിൽ ക്ഷമ

ഇത് വളരെ അടുത്ത ഒരു സുഹൃത്തിന്റെ ദാരുണ കഥയാണ്. നന്നേ അടുത്ത അയൽക്കാർ അല്ലെങ്കിലും ഒരേ നാട്ടുകാരും സഹപാഠികളും ആയിരുന്നു ഞങ്ങൾ. കാലംകൊണ്ട് ക്ഷയിച്ച് തകർന്ന തറവാടുകളിൽനിന്ന് വന്ന ഞങ്ങൾക്ക് ഇരുവർക്കും അനുഭവിക്കേണ്ടിവന്ന ഇല്ലായ്മകളും വല്ലായ്മകളും സമാനങ്ങളാണ്.

ഒരു നാഴികയോളം വീതിയുള്ള പുഴ കടന്നു പോയി ഉച്ചപ്പട്ടിണിയുമായാണ് ഹൈസ്കൂൾ വിദ്യാഭ്യാസം. നല്ലൊരു ഉടുപ്പില്ല, കുടയില്ല, സഞ്ചിയില്ല, ചെരുപ്പില്ല. എന്നിട്ടും ഞങ്ങൾ പഠിച്ചു. കര പറ്റണം എന്ന വാശിയോടെ. ജയിച്ചേ അടങ്ങൂ എന്ന വീറോടെ.

കോളേജിലും ഇതുതന്നെയായിരുന്നു അവസ്ഥ. അവിടെയും വീറിനു കുറവൊന്നും ഉണ്ടായില്ല. ഒരു നയാപൈസയോ ഒരു നിമിഷമോ പാഴാക്കാതെ കരുതലോടെ പുലർന്നു. ഉയർന്ന നിലവാരത്തോടെ ജയിച്ചു.

പിന്നെയും പഠിക്കണം എന്നുണ്ടായിരുന്നു. ചുറ്റുപാടുകൾ പക്ഷേ അനുവദിച്ചില്ല. ഓർക്കാപ്പുറത്ത് തൊഴിൽ കിട്ടിയപ്പോൾ ഏറെ സന്തോഷമായി. യൂണിവേഴ്സിറ്റി എംപ്ലോയ്മെന്റ് ബ്യൂറോ വഴി ഇരുവരും ഹൈസ്കൂൾ അധ്യാപകരായി. തൊണ്ണൂറ്റിമൂന്ന് ഉറുപ്പിക എന്ന വലിയ തുക ശമ്പളം. അതിൽനിന്ന് മിച്ചം വെച്ചാണ് രാമചന്ദ്രൻ എന്ന രാമു ബിയെഡ്ഡിനു പോയത്, ഞാൻ ഉപരി വിദ്യാഭ്യാസത്തിനും.

ഇതൊക്കെ കഴിഞ്ഞിട്ടും യുദ്ധം തന്നെ തുടർന്നു. അനിയത്തിമാരെ മാനം മര്യാദയ്ക്ക് കല്യാണം കഴിപ്പിച്ചു കൊടുക്കാൻ യുദ്ധം, ആരോഗ്യം ഭദ്രവല്ലാതായിക്കൊണ്ടിരുന്ന അച്ഛനമ്മമാരെ മുട്ടും താങ്ങുമിട്ട് തുടർന്നും പുലർത്താനും യുദ്ധം.

ഈ കാലത്താണ് ഞങ്ങൾ തമ്മിൽ പിരിയുന്നത്. ഞാൻ പുതിയ മേച്ചിൽസ്ഥലങ്ങൾ തേടി അന്യനാടുകളിലേക്ക് പോയി, രാമുവാകട്ടെ,

തന്റെ കോട്ട ബലപ്പെടുത്താൻ കിണഞ്ഞു പിടിച്ചു. വലിയ പ്രാരബ്ധ ങ്ങൾ ഇല്ലാത്ത ഒരു ടീച്ചറമ്മയെ കല്യാണം കഴിച്ച് ഇരുവരും കൂടി ഒത്തു പിടിച്ചു. നല്ല കാലത്തിന് ധനസമ്പാദനം എന്ന ലക്ഷ്യത്തിൽ ഏക മനസ്സ് ആയിരുന്നു ഇരുവരും.

അവർക്ക് മൂന്നു കുട്ടികൾ ഉണ്ടായി, രണ്ട് ആണും ഒരു പെണ്ണും. അവരെ 'ഫലപ്രദമായി' പഠിപ്പിക്കാനും ഒരു ചെറിയ വീട് ഉണ്ടാ ക്കാനുമായീ പിന്നെ സമരം.

അടുത്തടുത്ത വർഷങ്ങളിലാണ് ആൺകുട്ടികൾക്ക് എൻട്രൻ സിന്റെ കടമ്പ വന്നത്. രാമുവും ഭാര്യയും സൂചിമുനയിൽ തപസ്സു ചെയ്തു.

ഒരാൾ വൈദ്യത്തിനും മറ്റേ ആൾ എൻജിനീയറിങ്ങിനും ചേർന്ന പ്പോഴോ അവരെ സപ്പോർട്ട് ചെയ്യാൻ വലിയ തുക ആവശ്യമായി. കുറച്ചൊക്കെ മെച്ചപ്പെട്ടിരുന്നു എങ്കിലും അപ്പോഴും അധ്യാപകരുടെ ശമ്പളം വളരെ വലുതൊന്നും ആയിരുന്നില്ല. ആറ്റുനോറ്റ് ഉണ്ടാക്കിയ പുതിയ വീട് വിറ്റാണ് നിന്നു പൊറുത്തത്.

വാടകവീട്ടിലേക്ക് മാറിയിട്ടും മുണ്ട് മടക്കിയുടുത്ത് മിച്ചം പിടി ച്ചാണ് പെൺകുട്ടിയെ നഴ്സിങ്ങിന് അയച്ചത്. മെഡിസിൻ എൻട്രൻസ് എന്ന കടമ കടക്കാൻ അവൾക്ക് കഴിഞ്ഞില്ല. അതായിരുന്നു തങ്ങ ളുടെ ജീവിതത്തിലെ ഏക പരാജയം എന്നു രാമു നെഞ്ചുരുകി എപ്പോഴും പറയും.

സർവീസിൽനിന്ന് പിരിയുവോളം വാടകവീട്ടിൽ തന്നെ കഴിഞ്ഞു. മൂത്തവൻ ഇംഗ്ലണ്ടിൽ ഡോക്ടർ ആയി ജോലി ചെയ്യാൻ തുടങ്ങിയപ്പോൾ നല്ല കാലം തുടങ്ങി. സ്ഥലം വാങ്ങി. അവിടെ ഒരു കുടിൽ പോലെ ഒന്ന് വെച്ച് കെട്ടി അതിലേക്ക് മാറി. വീടുണ്ടാക്കു കയാണെങ്കിൽ വലിയ വീടുതന്നെയേ ഉണ്ടാക്കൂ എന്ന് ശാഠ്യം. രണ്ടാമൻ കാനഡയിലും ജോലി നേടി. പിന്നെ രണ്ടു വർഷത്തിനകം വീടിന് തറയിട്ടു. അതിമനോഹരമായ ഒരു രണ്ടുനില ബംഗ്ലാവ്. മതില്, ഗേറ്റ്, കാർ ഷെഡ്, ക്ലാസ് വൺ ഫിനിഷ് അമ്പത് ലക്ഷം എസ്റ്റിമേറ്റ്.

മകൾ ജർമ്മനിയിലും ചെന്നു ചേർന്നതോടെ മാസത്തിൽ കുട്ടി കളുടെ മാത്രമായി രണ്ടുമൂന്നു ലക്ഷം രൂപ വന്നു. രാമുവിനും ഭാര്യയ്ക്കും കൂടി ഏതാണ്ട് ഒരു ലക്ഷത്തോളം പെൻഷനും. വീടു ണ്ടാക്കാൻ വാങ്ങിയ ബാങ്ക് ലോൺ അഞ്ചുവർഷം കൊണ്ട് തീർന്നു.

നിറവേറാത്ത ഓരോ ആശയും നിറവേറ്റുകയാണ് പിന്നെ അവർ ചെയ്തത്. ഗൃഹോപകരണങ്ങൾ ഏറ്റവും മുന്തിയ ഇനം തന്നെ

വാങ്ങി. ആ കാലത്ത് കിട്ടാവുന്ന ഏറ്റവും നല്ല കാർ മുറ്റത്ത് കൊണ്ടു വന്ന് നിർത്തി. ഫർണിച്ചറും കർട്ടനും കാർപ്പെറ്റുമൊക്കെ ഏറ്റവും മുന്തിയ തരം. സെൻട്രൽ എയർ കണ്ടീഷനിങ്ങ്...

ഇതുവരെ എല്ലാം കൃത്യമായും നന്നായും നടന്നു. പക്ഷേ ഇവിടെ വെച്ചാണ് രാമുവിന്റെയും ഭാര്യയുടെയും ജീവിതത്തെ രണ്ട് വേവലാതികൾ പിടികൂടിയത്. ഒന്ന്: നാട്ടിൽ ഏറ്റവും 'വലിയ' ആളാകാനുള്ള പൂതി. രണ്ട്: ഉണ്ടാക്കി എടുത്തോളം അന്യർ ആരെങ്കിലും കൊണ്ടുപോകുമോ എന്ന ഭീതി.

കുട്ടികൾ അയച്ചതും ബാങ്കിൽ കിടക്കുന്നതുമായ പണം പെരുപ്പിക്കാൻ നിശ്ചയിച്ചു. വീടിന് മുന്നിൽ നിരത്തുവക്കത്ത് രണ്ടു മുറി കോൺക്രീറ്റ് കെട്ടിടം പണിത് സരോജം ബാങ്കേഴ്സ് പണയപ്പണ്ടം കടം എന്ന ബോർഡ് വച്ചു. അതിന്റെ താഴെ ഇങ്ങനെയൊരു കുറിപ്പും: No donations, no chartiy. Work is worship.

ബാങ്കിൽ ഉണ്ടായിരുന്ന പണം പണയം കിട്ടിയ സ്വർണ്ണമായി മാറി. കുറച്ചുകൂടി കഴിഞ്ഞപ്പോൾ ആ സ്വർണം ബാങ്കിൽ തന്നെ പണയം വെച്ച് പണം വാങ്ങി അതും അധിക പലിശയ്ക്ക് കൊടുക്കാൻ തുടങ്ങി.

കാര്യമായ ഭയം തുടങ്ങിയത് പല അളവുകളിൽ സ്വർണ്ണം വീട്ടിൽ വെക്കേണ്ടി വന്നപ്പോഴാണ്. കള്ളന്മാരോ കൊള്ളക്കാരോ ഏതു നിമിഷവും വരാം. രണ്ടു പ്രായമായവർ എന്തു ചെയ്യും? ഡ്രൈവറും സഹായിയും ആയി ഒരാളുണ്ട്, പക്ഷേ അയാളെ എന്നല്ല, ആരെയും ഈ കടകെട്ട കാലത്ത് വിശ്വസിക്കാനാവില്ല. അതുകൊണ്ട്, ആളെ നൽകുന്ന ടൗൺ ഏജൻസിയിൽനിന്ന് രാത്രി ക്കാവൽക്കാരെ ഏർപ്പാടാക്കി.

ഇതുകൊണ്ടൊന്നും അവസാനിച്ചില്ല. പണം പിന്നെയും ധാരാളമായി വരാൻ തുടങ്ങിയതോടെ പേടി പിന്നെയും കൂടി. കാരണം കണക്കിൽ കൊള്ളാത്ത ഇനവും അതിൽ ഉണ്ടായി.

അപ്പോഴാണ് അൽസേഷ്യൻ ദമ്പതിമാരെ കുടിയിരുത്തിയത്. അവർക്ക് വേറെ വീടുണ്ടാക്കി. അവരെ നോക്കാൻ പ്രത്യേക പരിശീലനം നേടിയ ആളുകൾ വന്നു.

മതിലിന്റെ ഉയരം പോരാ എന്നും ഗേറ്റ് ഉറപ്പ് പോരാ എന്നും ഗേറ്റ് റിമോട്ട് കൺട്രോൾഡ് ആകണമെന്നും അതിന്മേൽ സിസിടിവി വെക്കണം എന്നും സുരക്ഷാ ഉപദേഷ്ടാക്കൾ നിർദേശിച്ചു. ഇത്രയൊക്കെ ചെയ്തു കഴിഞ്ഞാൽ പിന്നെ, രാത്രി പുറമേക്കാരായ ആരും തന്നെ വീട്ടിൽ വേണം എന്നില്ല. സംശയാസ്പദമായി വല്ലതും

ഉണ്ടായാൽ പൊലീസ് സ്റ്റേഷനിലും സെക്യൂരിറ്റി സ്ഥാപനത്തിലും അലാറം മുഴങ്ങും.

പണം കടം ചോദിക്കാത്തതുകൊണ്ടാവാം ഞാൻ മാത്രമാണ് രാമുവിന് സുഹൃത്തായി ശേഷിച്ചത്. നല്ല സൗഹൃദങ്ങൾ നിലനിൽക്കാൻ നല്ലത് ആരോടും ഒന്നും സൗജന്യമോ കടമോ വാങ്ങാതിരിക്കുകയാണ് എന്ന് രാമു പറയും. സത്യവുമാണല്ലോ അത്. പക്ഷേ ചിലപ്പോൾ അത് എല്ലാ അതിരുകളും കടക്കും.

ഉദാഹരണത്തിന് കപ്പക്കാര്യം. ഞങ്ങൾ ഹൈസ്കൂളിൽ പോകുന്ന കാലത്തായിരുന്നു. വീട്ടിൽനിന്ന് ഞങ്ങൾക്ക് ഉച്ചഭക്ഷണത്തിനുള്ള അലവൻസ് രണ്ട് മുക്കാൽ ആണ്. എന്നുവെച്ചാൽ അരയണ. ഒരു ചായയ്ക്കും ഒരു സുഖിയനും അത് മതി. ചായ കുടിക്കാതിരുന്നാൽ രണ്ടു സുഖിയൻ കഴിക്കാം. പക്ഷേ, വെള്ളം മാത്രം കുടിച്ച് രാമു പലപ്പോഴും മൊത്തം അലവൻസ് ലാഭിക്കും.

ഒരു ദിവസം വഴിയോരത്തെ കടയിൽ വട്ടം വെട്ടി മഞ്ഞളിട്ടു പുഴുങ്ങിയ കപ്പ ആവി പറപ്പിച്ചുകൊണ്ട് കണ്ണാടിക്കൂട്ടിൽ ഇരിക്കുന്നത് കണ്ടപ്പോൾ രാമുവിന് പോലും സ്വയം നിയന്ത്രിക്കാനായില്ല. അവൻ കാലണയ്ക്ക് ഒരു തുണ്ട് കപ്പ വാങ്ങി കഴിക്കാൻ തുടങ്ങി. ശേഷിച്ച കാലണ കടം തന്നാൽ പിറ്റേന്നാൾ തിരികെ കൊടുക്കാം എന്ന് ഞാൻ പറഞ്ഞു നോക്കി. രാമു മറുപടി പറഞ്ഞില്ല, കപ്പ പങ്കുവെച്ചുമില്ല. ദോഷം പറയരുതല്ലോ, ഇത്രയൊക്കെയേ എന്നിൽ നിന്ന് അവനും പ്രതീക്ഷിച്ചിരുന്നുള്ളൂ.

അക്കാലങ്ങളിലൊക്കെ അവൻ സന്തോഷവാനായിരുന്നു. പണം ഉണ്ടായി തുടങ്ങിയപ്പോഴാണ് സന്തോഷം ഇല്ലാതായത്. പിന്നെ പിന്നെ കാണുമ്പോഴൊക്കെ പരാതികൾ മാത്രം: കുട്ടികൾക്ക് വേണ്ടത്ര ഉത്തരവാദിത്തബോധമില്ല. കഴിവുള്ള തുക അത്രയും അവർ അയയ്ക്കുന്നില്ല. കല്യാണം കഴിഞ്ഞതോടെ മൂവരും ധൂർത്ത് കാണിക്കുന്നു. ഇവിടെ പണത്തിന് ഇനി എന്താണ് ആവശ്യം എന്നാണ് ചോദ്യം. ഓണത്തിന്റെ വില അവർക്കുണ്ടോ അറിയുന്നു?

അയൽക്കാരെ വിശ്വസിക്കാൻ വയ്യ. എയർകണ്ടീഷണർ കേടായിരിക്കുന്നു. ഫ്രിഡ്ജ് നേരെയാക്കാൻ വന്ന ആൾ പറ്റിച്ചു. ഭാര്യയെ ചികിത്സിക്കാൻ ആശുപത്രിയിൽ ഒന്നര ലക്ഷം കൊടുക്കേണ്ടി വന്നു. എത്ര ശമ്പളം കൊടുത്താലും കൊള്ളാവുന്ന ജോലിക്കാരെ കിട്ടാനില്ല. കുഴിമടിയന്മാരാണ് എല്ലാം. വെറുതെയാണോ നമ്മുടെ നാട് ഗുണം പിടിക്കാത്തത്...

ചെലവ് ചുരുക്കി ചുരുക്കി വീട്ടിൽ ഭക്ഷണം കാര്യമായി ഒന്നും ഇല്ലാത്ത സ്ഥിതിയാണ്. പിന്നെ അവിടെ എങ്ങനെ വേലക്കാർ

നിൽക്കും. പോരെങ്കിൽ ഒരു നല്ല വാക്കും ആരോടും പറയുകയും ഇല്ല. തരിമ്പും വിശ്വാസം ആരെയും ഇല്ല.

മൂന്ന് കൊല്ലം മുമ്പാണ് ആ അത്യാഹിതമുണ്ടായത്. ബംഗ്ലാവിൽ മാരകമായി തീയാളുന്നതു കണ്ട് ആളുകൾ ഓടിക്കൂടി. പക്ഷേ ഗേറ്റ് പൂട്ടിയാണ് കിടന്നത്. പതിന്നാലടി ഉയരവും അതിന് മീതെ കുപ്പിച്ചില്ലുമുള്ള മതിൽ കേറി കടക്കാൻ പ്രയാസം. അകത്താകട്ടെ, സിംഹങ്ങളെ പോലെയുള്ള രണ്ട് പട്ടികൾ കൂടിന് പുറത്താണ്.

രാമുവിന്റെയും കൂട്ടുകാരിയുടെയും ഒരു നിലവിളി പോലും അകത്തുനിന്ന് ആരും കേട്ടില്ല. പുക ശ്വസിച്ചു നിശ്ശബ്ദം മരിച്ചു പോയിരിക്കാം.

മക്കളുടെ ഫോൺ നമ്പറുകളോ മേൽവിലാസമോ എന്നെ പ്പോലും രാമു ഏൽപ്പിച്ചിരുന്നില്ല. എല്ലാവരെയും അറിയിച്ചു എന്നാണ് പൊലീസ് പറഞ്ഞത്.

ആരും പക്ഷേ വന്നില്ല.

ഇങ്ങനെ ഒരാളെ ഓർമ്മിക്കാൻ ഇപ്പോൾ എൺപത്തിനാല് കഴിഞ്ഞ ഞാനേ ഉള്ളൂ എന്നതുകൊണ്ടാണ് ഈ ചരിത്രരേഖ അവ തരിപ്പിക്കുന്നത്.

വിരസം എങ്കിൽ ക്ഷമ. ■

കളിച്ചുകളിച്ച്

കഞ്ചാവാചാര്യനും നിമിഷകവിയും ആധാരമെഴുത്തുകാരനും എല്ലാമായ അപ്പുണ്ണിയുടെ കാർമികത്വത്തിൽ കുറേക്കാലം മുമ്പ് ഞങ്ങൾ നടത്തിയ ഒരു അശ്വമേധയാഗശ്രമം, എന്തുകൊണ്ട് എന്നറിയില്ല, ഈയിടെയായി വെറുതെ ഓർമ്മ വരുന്നു. നാട്ടിൽ ഒരു രാജകുമാരന്റെ പദവി ഉണ്ടായിരുന്ന അനന്തൻ ആയിരുന്നു മഹാസിംഹാസനത്തിൽ. എല്ലാ ഒരുക്കങ്ങളും നടന്നു. ഇനി ആ അവസാന ക്രിയയേ ഉള്ളൂ എന്ന ഘട്ടത്തിൽ....

ക്ഷമിക്കണം, സംഭവത്തെ അങ്ങനെയങ്ങ് ചുരുട്ടി കൂട്ടിയാൽ പോരാ. സ്ഥലകാല അവസ്ഥകൾ വിശദീകരിച്ചാലേ കാര്യം ശരിയായി പിടി കിട്ടൂ.

അനന്തൻ അന്ന് അങ്ങകലെ മദിരാശിപ്പട്ടണത്തിൽ പഠിക്കുകയായിരുന്നു. മലയാളം പറയുന്നത് തമിഴ് ചുവയോടെയാണ്. പെരുങ്കായം ചേർത്ത എരിശ്ശേരി പോലെ.

പക്ഷേ അനന്തന് ഞങ്ങളെക്കാളൊക്കെ അറിവും ലോകവിവരവുമുണ്ട് എന്ന് ഞങ്ങൾക്ക് ബോധ്യമാണ്. കാരണം, അനന്തൻ മണിമണിപോലെ ഇംഗ്ലീഷ് പറയും.

ആണ്ടിൽ ഒരിക്കലേ അനന്തൻ നാട്ടിൽ വരാറുള്ളൂ. വേനലവധിക്ക്, സ്കൂൾ അടയ്ക്കുമ്പോൾ. അവന്റെ പക്കൽ വിശേഷപ്പെട്ട കളിപ്പാട്ടങ്ങൾ കാണും. തന്റെ ഇഷ്ടക്കാരെ മാത്രമേ അത് തൊടാൻ പോലും അനുവദിക്കൂ. അതിനാൽ അവന്റെ ഏറ്റവും അടുത്ത ഇഷ്ടക്കാരനാവാൻ ഞങ്ങൾക്കിടയിൽ മത്സരമാണ്.

അനന്തൻ വന്നാൽ പിന്നെ അവനാണ് ഞങ്ങളുടെ അനിഷേധ്യ നേതാവ്. അവന്റെ നേതൃത്വത്തിൽ ഞങ്ങൾ പല വേണ്ടാതീനങ്ങളും ചെയ്യാറുണ്ട്. അതിനാൽ അമ്മ പറയും: ഹാവൂ, ആ തല തിരിഞ്ഞ ചെക്കൻ വന്നു, ഇനി എന്തൊക്കെയാണാവോ ഈ വാനരക്കൂട്ടം ഒപ്പിക്ക്യ!

കഴിഞ്ഞ തവണ വന്നപ്പോൾ രണ്ട് പശുക്കളുടെ വാൽ തമ്മിൽ കൂട്ടിക്കെട്ടിയതിനാൽ ഉണ്ടായ പുക്കാറത്ത് ചില്ലറയല്ല. കുന്നിൻ പുറത്ത് മേയാൻ വിട്ടതായിരുന്നു പശുക്കളെ. ഞങ്ങളുടെ കൂട്ടത്തിൽ പ്രായക്കുറവുള്ള കുമാരന്റെ ഉടുമുണ്ട് അഴിച്ച് വാങ്ങി കീറി പിരിച്ചു കൂട്ടിക്കെയിട്ടാണ് പശുക്കളുടെ വാലുകൾ തമ്മിൽ ദൃഢമായി ബന്ധിച്ചത്.

സന്ധ്യ മയങ്ങിയിട്ടും പശുക്കൾക്ക് ഇല്ലത്തേക്ക് മടങ്ങാൻ കഴിഞ്ഞില്ല. ഒരു പശു മുന്നോട്ടു പോകുമ്പോൾ മറ്റേ പശു പിന്നോക്കം നടന്നാൽ അല്ലേ ഇല്ലത്തെത്തൂ? കാളത്തേക്കു ശീലിച്ച നാൽക്കാലി ആണെങ്കിലല്ലേ ഈ വിധം പിന്നോക്കം നടക്കാൻ വശമുണ്ടാവൂ? അതും, ഇല്ലത്തേക്കു തിരികെ വരാനുള്ള വഴി സമനിരപ്പുമല്ല, ഏതാണ്ട് ചെങ്കുത്തായ കുന്നിറങ്ങി വേണം പോരാൻ.

ഞങ്ങളോ, ചെയ്ത ഗുലുമാലിന്റെ കാര്യം തന്നെ മറന്നു മറ്റു കളികളിലേക്ക് പോവുകയും നേരത്തെ സ്ഥലം വിടുകയും ചെയ്തു.

ഗതികെട്ട പശുക്കൾ ദാഹം മുഴുത്ത് അമറാൻ തുടങ്ങി. അപ്പുറത്തെ മേട്ടിൽ പുല്ലരിയാൻ എത്തിയിരുന്ന ആരോ കണ്ടാണ് അവയെ സ്വാതന്ത്രരാക്കി വിട്ടത്. അതിനിടെ വലിഞ്ഞു വലിഞ്ഞ് അവയുടെ വാലിലെ തൊലിയൊക്കെ പോയിരുന്നു.

അതു വലിയ ഒച്ചപ്പാടിനിടയാക്കി. ഇല്ലം വക ഒന്നിനോടും ആരും അഹിതം ചെയ്യാറില്ല. ഈശ്വരൻ കഴിഞ്ഞാലുള്ളവരാണ് ഇല്ലത്തു പാർക്കുന്നത്. അന്തവും കുന്തവും ഇല്ലാത്ത കുട്ടികളെ ഇങ്ങനെ കയറൂരി വിടുന്നത് ശരിയല്ല എന്ന അഭിപ്രായം അന്നേ ശക്തമായി.

അനന്തൻ വന്നാലാണ് ഈ വക ഗുലുമാൽ ഒക്കെ. അതിനാൽ അവനെ വഴിക്ക് വരുത്തിയാൽ ബാക്കിയൊക്കെ ചൊവ്വാവും എന്നു പൊതുസമ്മതവുമായി.

പക്ഷേ ആര് വഴിക്ക് വരുത്തും? അനന്തൻ വടക്കെപ്പാട്ടെ ലക്ഷ്മി അമ്മയുടെ ഇളയ മകൾ മാധവിക്കുട്ടിയുടെ ഏക സന്തതിയാണ്. മാധവിക്കുട്ടിയുടെ സമ്മന്തക്കാരൻ തമിഴ്നാട് പൊലീസിൽ വലിയ ഉദ്യോഗസ്ഥനും. അയാൾ തന്റെ കൊമ്പൻ മീശത്തുമ്പ് ഒന്നു വിറപ്പിച്ചാൽ മൂത്രമൊഴിക്കാത്തവർ ആരും നാട്ടിൽ ഇല്ല. തമിഴ് പൊലീസിന് മലബാറിൽ ഒന്നും ചെയ്യാൻ കഴിയില്ല എന്ന കാര്യം ആർക്കും ഓർമ്മയില്ല. ഏത് ചുരം കടന്ന് എത്ര അകലെനിന്നു വന്നതായാലും പുലി പുലിയാണല്ലോ. വഴിമാറി പോയാൽ ആയുസ്സ് കാക്കാം.

ഈ ഒരു കാരണത്താലാണ് കുട്ടികളായ ഞങ്ങൾക്ക് അനന്തനെ ഏറെ പ്രിയം. അവൻ കൂടെയുണ്ടെങ്കിൽ എന്ത് കളിയും കളിക്കാം.

ഏതു മാവിലും കല്ലെറിയാം. ഏതു വേലിയും പൊളിക്കാം. കച്ചവട ക്കാരൻ സ്വാമിയുടെ മഠത്തിലെ വിശേഷപ്പെട്ട പേരക്ക വരെ പറി ക്കാൻ പറ്റും. എന്തെങ്കിലും വഴക്ക് പറയാൻ ആരെങ്കിലും വന്നാൽ അനന്തനെ പിടിച്ച് മുന്നിലേക്ക് നിർത്തിയാൽ മതി. മലപോലെ വന്നത് മഞ്ഞുപോലെ പോകും. വല്ല മരത്തിലും കയറി താഴെ വീണ് കയ്യും കാലും ഓടിക്കേണ്ട കുട്ടികളെ എന്നോ മറ്റോ ഒരു ഉപദേശം മാത്രമായി കലാശിക്കും ആ ഇടപെടൽ.

അവന്റെ അമ്മ അവനോട് തമിഴാണ് പറയുക. എങ്കിലും അത് മലയാളത്തിൽ പറയുന്ന തമിഴായതുകൊണ്ട് ഞങ്ങൾക്കും മനസ്സി ലാവും. സൂക്ഷിക്കണം, ആരെക്കൊണ്ടും ഒന്നും പറയിക്കരുത്, ഇരുട്ടുമ്മുമ്പ് തിരികെ എത്തണം, വഴക്ക് കൂടരുത് എന്നൊക്കെ യാണ് അമ്മ സ്ഥിരമായി ആവർത്തിക്കുന്ന വായ്ത്താരി. അത് പാതി യാകുമ്പോഴേക്കും അനന്തനും ഞങ്ങളും പടി കടന്നിരിക്കും.

ഒരു ദിവസം അനന്തൻ തീരുമാനിച്ചത് രാജവാഴ്ച കളിക്കാൻ. അതിന് ഒരു കൊട്ടാരം വേണം. അത് പണിയാനുള്ള സ്ഥലമാണ് ആദ്യം കണ്ടെത്തേണ്ടത്.

അമ്പലത്തിന് പിന്നിൽ പുഴയിൽ അതിനു നല്ല സൗകര്യമുള്ള സ്ഥലമുണ്ട് എന്നറിഞ്ഞു. മുള വെട്ടി കമ്പുകളഞ്ഞ ഉണ്ടാക്കിയ തൂണുകൾ മണലിൽ നാട്ടാൻ എളുപ്പം. മുളവാരികൊണ്ട് എഴുക പാകി പനമ്പട്ട വെച്ച് മേയാം. മണൽ വാരി കൂട്ടിയതിന്മേൽ അമ്പല ത്തിടപ്പള്ളിയിലെ മര ഉരൽ തലകീഴായി വെച്ച് ശ്രീകോവിലെ വീരാ ളിപ്പട്ടു കൊണ്ട് മൂടിവിരിച്ചാൽ സിംഹാസനവും ആയി.

തൊട്ടപ്പുറത്താണ് ഇല്ലത്തെ പത്തായപ്പുര. മഹാരാജാവിന്റെ വേഷവിധാനങ്ങൾ അവിടെ ഇരിപ്പുണ്ട്. ആണ്ട് തോറും വയലിൽ പൊറാട്ടുനാടകം കളിക്കാനുള്ള കോപ്പുകൾ പിന്നെ വർഷം മുഴുവൻ അവിടെയാണ് സൂക്ഷിപ്പ്.

പത്തായപ്പുരയുടെ ഉമ്മറത്ത് കാര്യസ്ഥൻ ഉച്ചമയക്കത്തിലാണ്. അയാളെ ഉണർത്താതെ രാജാവിന്റെ ഉടയാടകൾ കൈക്കലാക്കി. എന്നാൽ മഹാരാജാവിന്റെ ആഭരണങ്ങളോ ചെങ്കോലോ കിരീടമോ അവിടെ ഇല്ലായിരുന്നു.

അതൊക്കെ അല്പം വിലപിടിപ്പുള്ളതായതുകൊണ്ട് വേറെ എങ്ങാണ്ട് കൊണ്ടുപോയി സൂക്ഷിച്ചിരിക്കാം. എവിടെ എന്ന് നിശ്ച യവുമില്ല.

എല്ലാറ്റിനും വഴിയുണ്ട് എന്ന് സൂചിപ്പിച്ചത് നാരായണപ്പാടി (നാരാ യണ പിഷാരടി). അമ്പലത്തിലെ വിഗ്രഹത്തിലുണ്ട് നല്ല കിരീടവും

വേണ്ടത്ര ആഭരണങ്ങളും എന്ന് കഴകക്കാരുടെ കുടുംബത്തിൽ എല്ലാവർക്കും അറിയാം. മുക്കുപണ്ടങ്ങളണെന്ന് കണ്ടാൽ അറിയില്ല.

പക്ഷേ അതുകൊണ്ടുമായില്ലല്ലോ. അപ്പോഴും, ചെങ്കോലിന് എന്ത് ചെയ്യും? രാജാവാകണമെങ്കിൽ ദൈവം കൊടുത്ത വടി കയ്യിൽ വേണ്ടേ?

കോൽക്കാരൻ കൃഷ്ണൻ നായരുടെ മകൻ ദാമു പറഞ്ഞു, തന്റെ അച്ഛന്റെ വടി കൊണ്ടുവരാം എന്ന്. ഭൂസ്വത്ത് അളക്കുന്ന ആറടി നീളമുള്ള വടി. ആറടി കോൽ എന്ന് സാങ്കേതിക നാമം. രണ്ടറ്റത്തും പിച്ചളക്കെട്ടുണ്ട്. ആ കെട്ടുകൾ രണ്ടും മിനുക്കി മിനുക്കി സ്വർണ്ണംപോലെ തിളക്കി വയ്ക്കും അച്ഛൻ.

അങ്ങനെ ഒരുക്കങ്ങൾ എല്ലാം തികഞ്ഞു. അനന്തൻ മഹാരാജാവാകാൻ തയ്യാറായി. വടി ആവശ്യത്തിലേറെ നീണ്ടു നിൽക്കുന്നതിൽ അനന്തരാജാവിന് സങ്കടമുണ്ടായി. തലയിലെ കിരീടം ഉച്ചിയിൽ ഉറച്ചിരിക്കാൻ വലുപ്പം തികയാത്തതിലും. താഴെ വീഴാതിരിക്കാൻ എപ്പോഴും അത് പിടിച്ചു കൊണ്ട് നിൽക്കാൻ ഒരു സാമന്തനെ ഏർപ്പാടാക്കി. അതോടൊപ്പം കോയ്മകൾ തീരുമാനിച്ചു. എന്നു വെച്ചാൽ ആരാണ് രാജാവിന് തൊട്ടു താഴെ, അതിനും താഴെ, പിന്നെ അതിലും താഴെ എന്നിങ്ങനെ പോയിപ്പോയി ഏറ്റവും അടിത്തട്ടിൽ ആര് എന്നു വരെ. മന്ത്രിമാർ, ഭണ്ഡാരക്കാരൻ, ന്യായവിചാരക്കാരൻ, ദണ്ഡപാലകർ, പടയാളികൾ, പടയാളികൾക്കിടയിൽ തന്നെ പടിപടിയായി ഉള്ള മേലാളരും കീഴാളരും. ശേഷിച്ച രണ്ടുപേർ മാന്യമഹാജനങ്ങളും ആയി.

ഇത്രയും കഴിഞ്ഞാണ് ഇല്ലത്തെ ഉണ്ണി ഇത് കണ്ടുകൊണ്ട് വന്നത്. ഉപനയനം കഴിഞ്ഞ് തോൽപ്പട്ട ഇട്ട പ്രായം. ഉണ്ണിയെ ആരാക്കണം എന്ന കാര്യത്തിൽ മന്ത്രിയായ നാരായണ പിഷാരടിയാണ് രാജാവിന് സ്വീകാര്യമായ നിർദ്ദേശം വെച്ചത്. അങ്ങനെ 'ഉപനിച്ചുണ്ണി' പൊന്നു തിരുമേനിയുടെ പുരോഹിതനും ആയി.

പ്രതീക്ഷിക്കാതെയാണ് ആധാരം എഴുത്തുകാരൻ അപ്പുണ്ണി അവിടേക്ക് വന്നത്. ഉച്ച കഴിഞ്ഞാൽ വന്ന് സ്വൈരമായി കഞ്ചാവ് പുകയ്ക്കാനായി അദ്ദേഹം കണ്ടുപിടിച്ച സ്ഥിരം സ്ഥാനമാണ് ഇത്. കഞ്ചാവ് വലിച്ചു വളരെ വിലപിടിച്ച മുദ്രക്കടലാസിൽ കവിത എഴുതിവെച്ച ആളാണ്. നാട്ടിലെ നിമിഷകവികൂടിയാണ് അദ്ദേഹം. ഏതു വൃത്തത്തിലും എത്ര നീളത്തിലും ചൂടപ്പം പോലെ കവിത എഴുതിത്തരും. മംഗളപത്രമൊക്കെ ആണെങ്കിൽ അദ്ദേഹത്തേക്കാൾ ഭംഗിയായി ചെയ്യാൻ ലോകത്ത് വേറെ ആരുമില്ല.

രംഗം ആകെ ഒന്ന് നോക്കി അപ്പുണ്ണി ചോദിച്ചു: ''എനിക്ക് റോൾ ഉണ്ടോ?''

നാരായണപ്പാടി തലയൊന്നു ചൊറിഞ്ഞ് അതിനും പോംവഴി കണ്ടെത്തി: ''വിദൂഷകൻ ആക്കാം.''

അപ്പുണ്ണി ചിരിച്ചു: ''ശരി, പക്ഷേ എനിക്ക് ആദ്യം ഒരു ധൂമാർച്ചന ഉണ്ട്. എല്ലാ അശ്വമേധയാഗങ്ങളും തുടങ്ങുന്നത് അതിൽനിന്നാണ്. അരണി കടയണം, തീ കൊളുത്തണം, പുക ഉയരണം എല്ലാം മുറ പോലെ വേണം. പിഴ പറ്റാത്ത യാഗമാണ് സ്വർഗത്തിലേക്കുള്ള വഴി.''

അശ്വമേധം എന്നാൽ എന്താണെന്ന് അനന്തനറിയില്ല.

അപ്പുണ്ണി വിശദീകരിച്ചു: ''മഹായുദ്ധങ്ങൾ ജയിച്ച ലോകം കീഴടക്കിയ ചക്രവർത്തിമാർ നടത്തുന്ന ക്രിയയാണ്. ശ്രീരാമനും ധർമ്മപുത്രനും ഒക്കെ അത് ചെയ്തു. അങ്ങും ചെയ്യുക. പരമാധി കാരികളുടെ കടമയാണ് അത്. ദേവേന്ദ്രനുപോലും അസൂയ തോന്നണം. നമ്മുടെ ധർമ്മശാസ്ത്രവും സാംസ്കാരിക ചരിത്രവും ഇത് ആവശ്യപ്പെടുന്നു.''

വിശദമായ ധൂമാർച്ചനയ്ക്കു ശേഷം വീണ്ടും പ്രസംഗിക്കാൻ തുടങ്ങിയ അപ്പുണ്ണിയെ ചക്രവർത്തി കൈ ഉയർത്തി തടഞ്ഞു: ''പുരോഹിതൻ മന്ത്രം ഉരുവിടട്ടെ, യാഗം തുടങ്ങുക.''

ഓതിക്കൻ പുതുതായി പഠിപ്പിച്ച ചില മന്ത്രങ്ങൾ ഉണ്ണി ചൊല്ലി. പക്ഷേ അപ്പുണ്ണി ഇടപെട്ടു: ''നിൽക്കട്ടെ. യാഗാശ്വം വരണം, അതിനെ വേണം മേധിക്കാൻ.''

ചക്രവർത്തി ചോദിച്ചു: ''അശ്വം എന്നാൽ എന്താ?''

എല്ലാ കീഴാളരും ഒന്നിച്ചാണ് മറുപടി പറഞ്ഞത്: ''കുതിര.''

പ്രതീകമായി ഒരു ആടായാലും മതി എന്ന് അപ്പുണ്ണി യാഗമുറ യിൽ പറഞ്ഞിരിക്കുന്ന പോംവഴി (ഒഴിവ്) വിശദീകരിച്ചു. ആണാ കണം എന്നേയുള്ളൂ.

കാഴ്ചപ്പാടിൽ തന്നെയുണ്ടായിരുന്നു മരത്തിൽ കെട്ടിയിട്ട ഒരാടും അതിന്റെ മൂന്ന് കുട്ടികളും. കുട്ടികളിൽ ഒന്ന് കൊറ്റനാടും.

സാമന്തർ ആട്ടിൻകുട്ടിയെ പിടിച്ചു കൊണ്ടുവന്നു.

അപ്പുണ്ണി പ്രോത്സാഹിപ്പിച്ചു: ''കൽപ്പിച്ചാലും തിരുമേനി, അഗ്നി എരിയട്ടെ, ആർപ്പുവിളി ഉയരട്ടെ.''

സാമന്തന്മാർ ചവറിലയും ചുള്ളിക്കമ്പും പെറുക്കി കൂട്ടി. തീപ്പെട്ടി അപ്പുണ്ണി തന്നെ കൊടുത്തു. ആർപ്പും കുരവയും ഉയർന്നു. അഗ്നി ആളി.

സാമന്തന്മാർ അപ്പുണ്ണിയുടെ നിർദേശങ്ങൾ അനുസരിച്ച് ബാലീ മുരുഗത്തിന് അംഗശുദ്ധി വരുത്തി. അതിനെ ചെമ്പരത്തിമാല അണിയിച്ചു. അന്നവും ജലവും കൊടുത്ത് ഹോമത്തിന് ഒരുക്കി.

ആട്ടിൻകുട്ടിയും അതിന്റെ തള്ളയും ഒരുപോലെ അലറിക്കരഞ്ഞു കൊണ്ടിരുന്നു.

ഈ കരച്ചിലും ആർപ്പുവിളിയും കേട്ട് ഉറക്കമുണർന്ന ഇല്ലക്കാര്യസ്ഥൻ അമ്പലത്തിലെ നടപ്പന്തലിൽ തീ ആളുന്നത് കണ്ട് അലമുറയിട്ട് ഓടിയെത്തി. പിന്നാലെ കുറെ നാട്ടുകാരും വന്നു. എല്ലാരും ചേർന്നു വെള്ളം കോരി ഒഴിച്ച് തീ കെടുത്തി. ആട്ടിൻകുട്ടിയെ അതിന്റെ തള്ളയുടെ അരികിലേക്ക് വിട്ടു. എല്ലാ കരച്ചിലുകളും അതോടെ മാറി. രാജാവിന്റെ ആടയാഭരണങ്ങൾ അഴിച്ചു മാറ്റി അതാതിടത്ത് എത്തിച്ചു.

ഇതിങ്ങനെ വിട്ടാൽ പറ്റില്ല എന്ന് കാരണവന്മാരിൽ ചിലർ പറഞ്ഞു. അമ്പലത്തിന്റെ മുന്നിലെ ആൽത്തറയിൽ വട്ടമിട്ടിരുന്ന് അവർ തീരുമാനിച്ചു: ആ കൊമ്പൻ മീശക്കാരൻ പൊലീസിന്റെ മകനാണ് ഇവരുടെ യജമാനൻ. ഇന്ന് രണ്ടാലൊന്ന് അറിഞ്ഞിട്ട് വേറെ കാര്യം.

ഇതിനിടയിൽ അനന്തൻ വീട്ടിലേക്ക് ഓടിയിരുന്നു. ഞങ്ങളും യജമാനൻകളി ഉപേക്ഷിച്ച് മര്യാദക്കാരായി പതുങ്ങി ചെന്ന് അവരവരുടെ വീടുകളിൽ കടന്നു, ഒന്നുമറിഞ്ഞില്ലേ എന്ന മട്ടിൽ നല്ല കുട്ടികളായി നിന്നു.

മദിരാശിയിൽനിന്ന് വന്ന് മീശപ്പൊലീസ് തീവണ്ടിയിറങ്ങി സംബന്ധവീട്ടിലെത്തിയ നേരമായിരുന്നു അത്. നാട്ടുകാരുടെ പരാതി കേട്ട് അയാൾ പ്രഖ്യാപിച്ചു: ''ഇന്ന് അവന്റെ കയ്യും കാലും ഞാൻ തല്ലിയൊടിക്കും.''

ഇത് കേട്ടവരിൽ ചിലർക്ക് പാവം തോന്നി അദ്ദേഹത്തെ ഉപദേശിച്ചു: ''അത്രയൊന്നും വേണ്ട. കുട്ടികളല്ലേ.''

അവർ പോവാൻ ഒരുങ്ങി. അയാൾ അകത്തേക്ക് തിരിഞ്ഞ് പരുഷമായി ഉറക്കെ വിളിച്ചു: ''ഡായ്, അനന്തുവേ, വാടാ ഇങ്കെ. എന്നാടാ ഇപ്പടിയെല്ലാം?''

ആ മട്ടു കണ്ടപ്പോൾ കുട്ടിയുടെ കഥ ഇന്ന് കഴിയുമെന്ന് എല്ലാവർക്കും പേടിയായി. പക്ഷേ വാതിൽക്കലേക്ക് വന്നത് അനന്തുവല്ല മാധവിക്കുട്ടിയമ്മയാണ്. ഈറ്റുപാമ്പിനെ പോലെയായിരുന്നു ആ വരവ്: ''എന്റെ കുട്ടി ഇതാ പേടിച്ചു വിറക്കുണു. എല്ലാരും കൂടി വെറുതെ അവന്റെ മേക്കട്ട് കേറീതും പോരാ, ഞങ്ങളെ നല്ല പാഠം

പഠിപ്പിക്കാനും വന്നിരിക്കുന്നോ! ഇപ്പോ ഞാൻ ഒന്നും പറേണില്ല്യ. എന്റെ കുട്ടിക്ക് വല്ല ശീലക്കേടും വരട്ടെ. കേസു കൊടുത്ത് എല്ലാരേം അകത്താക്കും ഞാൻ. ആഹാ, അത്രയ്ക്കായ്യോ. തീക്കട്ടേലും ഉറുമ്പരിക്ക്യേ?''

കഞ്ചാവിന്റെ ലഹരി ആരെയും ഭയക്കാത്തതുകൊണ്ട് ആധാരം എഴുത്ത് കവി പതുക്കെയല്ലാതെ പറഞ്ഞു: ''പെണ്ണൊരുമ്പെട്ടാൽ ചക്രവർത്തി എന്നല്ല ബ്രഹ്മനും തടുക്കില്ല. ഈ യജമാനക്കളി ഒന്ന് വേറെ.''

രണ്ടു ദിവസത്തിനകം അനന്തന് നേരിയ ഒരു പനി വന്നു. പ്രശ്നം വെച്ചപ്പോൾ അമ്പലത്തിൽനിന്ന് പറ്റിയ ബാധ. അതിനെ ഒഴിപ്പിക്കാൻ ഒരു മഹായജ്ഞം കുറിക്കപ്പെട്ടു. വെട്ടി വെളിച്ചപ്പാടും കുരുതിയും സമൂഹസദ്യയും ഉണ്ടായി. നാട്ടുകാരണവന്മാരൊക്കെ വന്നു. അവർ മാധവിക്കുട്ടിയേയും ഭർത്താവിനെയും മുക്തകണ്ഠം പ്രശംസിച്ചു. കാരണം നാടിന്റെ എല്ലാ ശാപങ്ങളും ഈ മഹായാഗത്തോടെ തീർന്നു എന്ന് വെളിച്ചപ്പാട് കൽപ്പിച്ചു.

മാത്രമല്ല, നാടിന് ഐശ്വര്യം തികയാൻ അമ്പലത്തിൽ ഒരു മഹാനവീകരണ കലശം വേണം എന്ന് പ്രശ്നത്തിൽ കണ്ടു. ഏഴു ദിവസത്തെ പരിപാടി, മുപ്പതു ലക്ഷം ചെലവ്. പണം പിരിക്കാനും ചടങ്ങ് ഭംഗിയായി നടത്താനും സർവകക്ഷിസഭ രൂപീകരിച്ചു.

കലശപ്പിരിവിന്റെ രശീതി പുസ്തകം അച്ചടിപ്പിച്ച് അനന്തന്റെ അച്ഛൻ തമിഴ്നാട്ടിലേക്ക് കൊണ്ടുപോകും? 10 ലക്ഷം അദ്ദേഹം കൊണ്ടുവരും.

നാട്ടിലെ ഓരോ വീട്ടുകാരും പതിനായിരം രൂപ നൽകണം എന്ന് തീരുമാനമായി. പണം ഇല്ലെങ്കിൽ സ്വർണ്ണമായിട്ടായാലും മതി. ബ്ലേഡ് വാസു ഖജാൻജി.

ഇതെല്ലാം കഴിഞ്ഞപ്പോൾ മംഗളപത്ര മഹാകവി മാത്രം സംശയിച്ചു: ''മുതിർന്നവർക്ക് എന്തു വേഷവും കെട്ടിക്കളിക്കാം, കുട്ടികൾക്ക് പാടില്ലപോലും. ഇതെന്ത് ന്യായം?''

കേട്ടതായി ആരും ഭാവിച്ചില്ല. പോരെങ്കിൽ അനന്തന്റെ അച്ഛൻ മുരണ്ടു: യാരെടാ അന്ത ന്യായവാദി? അതോടെ ആ ജൈവ സാംസ്കാരിക ബുദ്ധിജീവിയും കുറ്റിയറ്റു.

■

ഒരു പാറയുടെ ഹൃദയം

നീലാണ്ട ശൈവരുടേയും ഞങ്ങളുടെ നാട്ടിലെ ഒരു പാറയുടെയും കഥയാണ് ഇത്. വന്നിട്ട് ഏതാണ്ട് ഒരു നൂറ്റാണ്ടോളം ആയി എങ്കിലും ശൈവർ ഇവിടേക്ക് വന്ന ഒരാളാണ്. പരപ്പൻപാറയാകട്ടെ, ഇവിടെ അനാദിയായി ഉള്ളതും.

ശൈവർ തിരുനൽവേലിക്കാരനാണ്. ശില്പിയാണ്. ഇവിടത്തെ അമ്പലം പുതുക്കിപ്പണിയുന്ന കാലത്ത് അതിനുവേണ്ടി നന്നേ ചെറുപ്പത്തിൽവന്നതാണ്. ഇവിടന്ന് വിവാഹം കഴിച്ചതുകൊണ്ട് ഇവിടത്തുകാരനായി. മടങ്ങി പോകാതിരിക്കാൻ പരപ്പൻപാറയും ഒരു കാരണമായി. പത്തേക്കറോളം മുകൾവിസ്താരമുണ്ട് ആ പരന്ന പാറയ്ക്ക്. അത് കടുംപാറയും ആണ്. എന്നുവെച്ചാൽ കുത്തിയാൽ കുഴിയുകയോ വെട്ടിയാൽ മുറിയുകയോ അടർത്തിയാൽ പിളർന്നു പോരുകയോ ചെയ്യില്ല. അത്ര ദൃഢമാണ്. ഭൂനിരപ്പിൽനിന്ന് ഒരു വലിയ തെങ്ങിന്റെ ഉയരമുണ്ട്. കയറിപ്പോകാനുള്ള വഴി ദുർഘടമാണ്. പശുക്കൾ പോലും പോകാറില്ല. പോയിട്ട് കാര്യവും ഇല്ല. കാരണം അതിന്മേൽ പുല്ലുപോലും മുളയ്ക്കാറില്ല.

പക്ഷേ അതിന് ചുറ്റുമായി അവിടവിടെ ചെറിയ പാറക്കൂട്ടങ്ങൾ ഉണ്ട്. അവ താരതമ്യേന മൃദുശിലകളാണ്. അതിൽ നിന്നാണ് അമ്പലപ്പണിക്ക് ആവശ്യമുള്ളത് എടുത്തത്. പടുത്തു കെട്ടാനും ശില്പവേലയ്ക്കും രണ്ടിനും എടുത്തു.

അമ്പലം പണി കഴിഞ്ഞപ്പോൾ, ഇല്ലത്തു ചെന്ന് അനുവാദം വാങ്ങി, അത്തരം കല്ലുകൾ കൊണ്ടുതന്നെ ശൈവർ അമ്മിയും അരകല്ലും ചാണയും മറ്റും കൊത്തി ഉണ്ടാക്കി. വീടുകളിൽ കയറിയിറങ്ങി ആവശ്യം മുൻകൂട്ടി അന്വേഷിച്ചറിഞ്ഞാണ് ആദ്യം ഇതൊക്കെ ഉണ്ടാക്കിയത്. പിന്നെപ്പിന്നെ ആളുകൾ അങ്ങോട്ട് അന്വേഷിച്ച് ചെല്ലാൻ തുടങ്ങി. കുറച്ചുകൂടി കഴിഞ്ഞപ്പോൾ മൊത്തമായി വാങ്ങിക്കൊണ്ടു പോകാൻ ടൗണിൽനിന്ന് കച്ചവടക്കാരും എത്തിത്തുടങ്ങി.

ആദ്യത്തെ കുഞ്ഞുണ്ടായപ്പോഴാണ് സ്വന്തമായി ഒരു വീടു വേണം എന്ന് തോന്നിയത്. എല്ലാ ഭൂമിയും അമ്പലത്തിന്റെയും ഇല്ലത്തിന്റെയും ആണ് അന്ന്. തിരുമേനിയെ കണ്ട് ആവശ്യമുണർത്തിച്ചു. അമ്പലത്തിലെ ശില്പങ്ങളെല്ലാം നിർമ്മിച്ചു കൊടുത്ത ശൈവരെ തിരുമേനിക്ക് പരിചയവും മതിപ്പും ഉണ്ടായിരുന്നു. എവിടെയെങ്കിലും കിടപ്പാടത്തിന് ഒരു സ്ഥലം കൊടുക്കാനുണ്ടോ എന്ന് അദ്ദേഹം കാര്യസ്ഥനുമായി ആലോചിച്ചു. ഇനി പരപ്പൻ പാറയേ ഒഴിവുള്ളൂ എന്ന കാര്യസ്ഥൻ. അവിടെ മതിയോ എന്ന് ചോദ്യത്തിന് നോക്കട്ടെ എന്ന മറുപടിയുമായി ശൈവർ മടങ്ങി.

പാറപ്പുറത്ത് കയറി വിശദമായി പരിശോധിച്ചു. ഏതു കരിമ്പാറയുടെയും ആത്മാവും മനസ്സും കാണാൻ വിരുതുള്ള ആ കണ്ണ് പരപ്പൻ പറയെ ഉൾക്കൊണ്ടു. തിരികെ ചെന്ന് തിരുമേനിയോട് അവിടെ മതി എന്ന് പറഞ്ഞു. പാറയുടെ മുകൾപ്പരപ്പ് മുഴുവനുമാണ് തിരുമേനി ശൈവർക്ക് ചാർത്തിക്കൊടുത്തത്.

പാറയുടെ ഒത്ത നടുക്കാണ് തന്റെ വീട് വയ്ക്കാൻ ശൈവർ സ്ഥാനം കണ്ടത്. അവിടെ വൃത്താകൃതിയിൽ എട്ടുപത്ത് സെന്റു സ്ഥലത്ത് മണ്ണ് കണ്ടതിനാലായിരുന്നു ഇത്. ഇതിന്റെ ഒരു ഓരത്ത് കിണർ കുഴിക്കുകയാണ് ആദ്യം ചെയ്തത്. പാറപ്പുറത്ത് കിണർ കുഴിക്കുന്നത് കാണാൻ ആളുകൾ കൂട്ടമായി എത്തി. വെള്ളം കാണില്ല എന്നായിരുന്നു എല്ലാവരുടെയും വിശ്വാസം. മൊട്ട പാറപ്പുറത്ത് വെള്ളമോ?

പക്ഷേ വെള്ളം കണ്ടു, അതും വെറും അഞ്ച് കോൽ താഴ്ചയിൽ. ഈ ഭാഗ്യത്തിൽ ആശ്ചര്യപ്പെടാത്ത ഒരേ ഒരാൾ ശൈവർ മാത്രം. പരപ്പൻപാറ ഉള്ളു പൊള്ളയായി ഒരു കുടം പോലെയാണ് ഇരിക്കുന്നത് എന്നും അര കിലോമീറ്റർ അകലെയുള്ള ഉന്നതമായ കല്ലടിക്കോടൻ മലയുടെ ഹൃദയത്തിൽ നിന്ന് ഈ പാറക്കുള്ളിലേക്ക് അടിയിലൂടെ ഉറവുണ്ടെന്നും ശൈവർ ശരിയായി ഊഹിച്ചിരുന്നു. വെള്ളം ഇല്ലെങ്കിൽ പരപ്പൻപാറയുടെ ഒത്ത നടുവിൽ എങ്ങനെയാണ് ഒരു ആഞ്ഞിലി മരം ആകാശം മുട്ടെ വളർന്നു നിൽക്കുന്നത്?

അതു മുറിച്ചപ്പോൾ ഒരു വീടിന് ആവശ്യമുള്ളതിലേറെ മരം കിട്ടി. പക്ഷേ തറ പടുക്കാനുള്ള കരിങ്കല്ല് പരപ്പൻപാറയിൽനിന്ന് എടുക്കാതെ ശൈവർ ചുറ്റുവട്ടത്തുനിന്നും കണ്ടെത്തിയത് എന്തുകൊണ്ട് എന്ന് എല്ലാവരും അമ്പരന്നു. അന്വേഷിച്ചവരോട്, പരപ്പൻ പാറയല്ലേ എന്റെ തറ, അവിടന്ന് എങ്ങനെ എടുക്കാൻ എന്ന് ചിരിച്ചതേയുള്ളൂ ശൈവർ.

ഐശ്വര്യമായി ഒരു പെൺകുട്ടി കൂടി ജനിച്ചതോടെയാണ് എന്ന് പറയപ്പെടുന്നു, ശൈവരുടെ കാലം തെളിഞ്ഞു. ആട്ടമ്മിയും അര കല്ലുമൊക്കെ കൊത്തിയുണ്ടാക്കാൻ തിരുനെൽവേലിയിൽനിന്ന് ചെറുപ്പക്കാരെ കൊണ്ടുവന്നു. ശൈവർ ക്ഷേത്ര ശില്പങ്ങൾ മാത്രം പണിയുന്നതിലേക്ക് മാറി. അതിനായി രണ്ടു കാര്യങ്ങൾ ചെയ്തു. വാഹനങ്ങളിൽ വരുന്നവർക്ക് പരപ്പൻപാറപ്പുറത്ത് കയറിയെത്താൻ തക്ക വഴി ഉണ്ടാക്കി, വീടിന്റെ മുന്നിലായി ഒരു പണിശാലയും ഓഫീസും കെട്ടി.

വാഹനം വരാൻ വഴി ഉണ്ടായപ്പോൾ മറ്റൊന്നു കൂടി ചെയ്തു. കിട്ടാവുന്നേടത്തുനിന്നൊക്കെ മണ്ണ് കൊണ്ടുവന്ന് പാറപ്പുറത്ത് ഒരടിയോളം കനത്തിൽ നിരത്തി. അത് മഴ പെയ്തു ഒലിച്ചു പോകാതി രിക്കാൻ ചെങ്കൽകൊണ്ട് തടയും കെട്ടി. ആ മണ്ണിൽ ഇഞ്ചിയും മഞ്ഞളും കൂർക്കയും മറ്റും കൃഷി ചെയ്യാൻ തുടങ്ങി. വേരാഴം കുറവായ വിളവുകൾ മാറി മാറി എടുത്തു. നല്ല ശില്പികൾ മാത്ര മല്ല നല്ല കൃഷിക്കാരും കൂടിയാണ് ശൈവർ എന്ന കാര്യത്തിൽ ആർക്കും തർക്കമില്ലാതായി.

ഇതിനിടെ പക്ഷേ, നാട്ടിൽ മാറ്റങ്ങൾ അതിവേഗം സംഭവിക്കു കയായിരുന്നു. ശൈവർക്ക് സങ്കടങ്ങൾ ഓരോന്നായി വരവായി.

മകന് പ്രായപൂർത്തി ആയപ്പോഴേക്ക് ഭൂനിയമം വന്നു. ഒരു കുടുംബത്തിന് കൈവശം വയ്ക്കാവുന്ന ഭൂമിയിൽ കൂടുതലായി രുന്നു പാറയുടെ മുകൾപ്പരപ്പളവ്. ആറേക്കർ സ്ഥലം സർക്കാർ പുറമ്പോക്കായി പ്രഖ്യാപിക്കപ്പെട്ടു.

താമസിയാതെ മകൻ തീവ്ര വിപ്ലവകാരികളുടെ സഹയാത്രിക നായി സ്ഥലം വിട്ടു. എങ്ങെന്ന് അറിയാതായി. ജീവിച്ചിരിപ്പുണ്ടോ എന്നുതന്നെ തീർച്ചയില്ലാത്ത അവസ്ഥ.

വീട്ടുകാരി പെട്ടെന്ന് വേർപിരിഞ്ഞു. രണ്ടേ രണ്ടു ദിവസത്തെ പനിയേ ഉണ്ടായുള്ളൂ. ആപത്ത് വരുമ്പോൾ കൂട്ടത്തോടെയാണ് എന്ന പ്രമാണം തെളിയിക്കാൻ നാട്ടുകാർ ശൈവരെ ചൂണ്ടി ക്കാണിച്ചു.

ആട്ടമ്മിയോ അരകല്ലോ ഉണ്ടാക്കാൻ മാത്രമല്ല, ക്ഷേത്രശില്പ ങ്ങൾ പണിയാനും പാറ എടുക്കുന്നതിന്, അത് എവിടന്നായാലും തങ്ങളുടെ മുൻകൂർ സമ്മതം വേണമെന്ന് പുരാവസ്തു വകുപ്പ് നോട്ടീസ് നടത്തി. പരിസ്ഥിതി വകുപ്പ് ആകട്ടെ, പരപ്പൻപാറയുടെ മുകളിലും ചുറ്റുമായി വരുത്തിയ എല്ലാ മാറ്റങ്ങൾക്കും അക്കമിട്ട് വിശദീകരണം ചോദിച്ചു. റവന്യൂ വകുപ്പോ, ഭൂമിയുടെ നേർപകുതി തന്നെ പുറമ്പോക്കായി വേണം എന്ന് ശഠിച്ചു. അതും മോട്ടോർ

റോഡ് ഉൾപ്പെടെ! ചങ്ങല പിടിച്ചപ്പോൾ വീടിന്റെ നടുവിലൂടെയാണ് അതിർത്തി.

നിൽക്കക്കള്ളി അനുവദിച്ചു നൽകുന്നതിന് എല്ലാ വകുപ്പുകളും വലിയ തുകകൾ കൈക്കൂലി ആയി ആവശ്യപ്പെട്ടു. തുകയുടെ അളവുകളോ ദിനംപ്രതി വർദ്ധിച്ചും വന്നു.

ചന്ദ്രക്കലാധാരനായ തേവർ തന്നെ കൈവെടിയില്ല എന്ന് ഉറച്ച വിശ്വാസം അല്ലാതെ ശൈവർക്ക് ഒരു പിടിയും ഇല്ലാതായി. എല്ലാ ദേവീദേവന്മാരെയും മനസ്സിൽ കണ്ട ഒരാൾക്കാണോ ഈ ഗതി എന്ന് പലരും മൂക്കത്ത് വിരലും വെച്ചു.

ഏതായാലും തന്റെ തലയിൽ മാത്രം എല്ലാംകൂടി ഇങ്ങനെ ഇടിഞ്ഞു വീഴുന്നത് എന്തുകൊണ്ട് എന്ന് ശൈവർ ആലോചിക്കാതിരുന്നില്ല. ഏറെ വൈകാതെ മറുപടി കിട്ടുകയും ചെയ്തു: പരപ്പൻ പാറയും പരിസരവും ഉൾപ്പെടെ നൂറോളം ഏക്കർ സ്ഥലം കരിങ്കൽ ക്വാറി ആക്കാൻ ചില വലിയ ആളുകൾ ശ്രമിക്കുന്നു. അവർക്ക് വഴി ഒരുക്കാനാണ് എല്ലാ വകുപ്പുകളും ഒത്തുപിടിച്ച് ശ്രമിക്കുന്നത്.

കോടികൾ വിലപിടിച്ച ഒരു കാറിൽ നീലാണ്ടശൈവരെ നേരിട്ട് കാണാൻ ഒരാൾ വന്നപ്പോഴാണ് പൂച്ച പുറത്തു ചാടിയത്. ഇദ്ദേഹം വന്നത് ശൈവരുടെ വീടിനും കൈവശമുള്ള പാറയ്ക്കും വില പറയാനാണ്. വെറും പാറയാണെങ്കിലും ആ പ്രദേശത്തുള്ള ഭൂമിയുടെ ശരാശരി വില തികച്ചും നൽകാമെന്ന് അദ്ദേഹം ദയാപൂർവ്വം അറിയിച്ചു.

ആലോചിച്ച് പറയാം എന്നേ അപ്പോൾ മറുപടി നൽകിയുള്ളൂ എങ്കിലും കൂടുതൽ ആലോചിച്ചപ്പോൾ തനിക്ക് പിടിച്ചു നിൽക്കാൻ ആവില്ല എന്ന് ശൈവർ കണ്ടു. തുടർന്ന്, തന്റെ നില നന്നേ ദുർബലമാണ് എങ്കിലും, ആകാവുന്നത്ര വിലപേശി ശൈവർ പരപ്പൻപാറയിലെ തന്റെ ഓഹരി ക്വാറി മാഫിയയ്ക്ക് വിറ്റു. അത്യാവശ്യം കൃഷി ചെയ്യാൻ കൂടി സൗകര്യമുള്ള സാമാന്യം നല്ലൊരു വീട് വാങ്ങാൻ ആ തുക മതിയായി. കല്ലുകൊത്തു വ്യവസായം നിർത്തി. വീടിനോട് അനുബന്ധിച്ച് ഒരു ഷെഡ് കെട്ടി വിഗ്രഹ നിർമ്മാണം മാത്രം തുടർന്നു.

ക്വാറി വരുന്നു എന്ന് നാട്ടിൽ പാട്ടായി. അതിനെതിരെ ചില ആളുകൾ മുന്നോട്ടു വന്നു. പത്രപ്രസ്താവനകളും പ്രസംഗങ്ങളും ഉണ്ടായി. നോട്ടീസുകൾ പ്രചരിച്ചു. പരിസ്ഥിതിക്ക് വരുന്ന ദോഷങ്ങളെക്കുറിച്ച് ആയിരുന്നു പ്രധാനമായ പരാതി. രണ്ടുമൂന്ന് പ്രതിഷേധ പ്രകടനങ്ങളും അരങ്ങേറി.

ശൈവർക്ക് ഇതിലൊന്നും താല്പര്യമുണ്ടായില്ല. അധികാര സ്ഥാനങ്ങളിൽ വലിയ സ്വാധീനമുള്ള കാട്ടുകള്ളന്മാരും കളങ്കിത കച്ചവടക്കാരും മാത്രമേ അവസാനം ജയിക്കൂ എന്ന് അനുഭവം കൊണ്ട് അറിഞ്ഞു കഴിഞ്ഞുവല്ലോ. പ്രതിഷേധങ്ങളെ വിലയ്ക്ക് വാങ്ങുകയോ ക്രൂരമായി അടിച്ചമർത്തുകയും ചെയ്യാൻ അവർക്ക് യഥേഷ്ടം വഴിയും കഴിവുമുണ്ട്.

വിവാഹം കഴിക്കാൻ പോലും കൂട്ടാക്കാതെ അച്ഛന്റെ കാര്യം മാത്രം നോക്കി ജീവിച്ചു പോരുന്ന മകളാണ് കൂടെയുള്ളത്. എപ്പോഴും അവളെ പറ്റിയാണ് ചിന്ത. എന്തുകൊണ്ടാണ് കുട്ടി വിവാഹത്തിന് സമ്മതിക്കാത്തത് എന്ന് ആദ്യമൊന്നും പിടികിട്ടിയില്ല. അച്ഛനെ നോക്കാൻ വേറെ ആരുമില്ല, ഉണ്ടായാലും വേറെ ആരും മതിയാവില്ല എന്ന ബോധ്യമാണ് അതിനു കാരണം എന്ന് പിന്നീട് മനസ്സിലായി.

കാലമേറെയായിട്ടും മകനെപ്പറ്റി ഒരു വിവരവുമില്ല. തന്റെ തലമുറ അവസാനിക്കുന്നു. ഒരുപാട് ഈശ്വരന്മാർക്ക് രൂപം കൊടുത്ത തനിക്ക് ഇങ്ങനെ ഒരു സ്ഥിതി... പക്ഷേ മകളുടെ മുമ്പിൽ ഒന്നും പുറത്തു കാണിച്ചില്ല, ശൈവർ. അമ്മ മരിച്ചപ്പോൾ മുതൽ പഠിപ്പു നിർത്തി കൂടെ നിൽക്കുന്നു. തന്റെ പ്രാണൻ പോകുവോളം അവളുടെ ഒരു തുള്ളി കണ്ണീരും ഭൂമിയിൽ വീഴരുത്. അങ്ങനെയൊരു ആഗ്രഹമേ ഇപ്പോൾ ആകെ ഉള്ളൂ.

ക്വാറി വളരെ വേഗം ഉദ്ഘാടനത്തിന് തയ്യാറായി. വലിയ യന്ത്രങ്ങൾ വന്നു. മറ്റെല്ലാ സംവിധാനവും ഉണ്ടായി. ലോറികൾക്കും ടിപ്പറുകൾക്കും വരാനുള്ള വീതിയേറിയ ടാർ റോഡ് സർക്കാർ നിർമ്മിച്ചു.

പരപ്പൻ പാറയ്ക്ക് ചുറ്റും ശേഷിക്കുന്ന ചെറിയ കല്ലുകൾ ഉപയോഗിച്ചായിരുന്നു ക്രഷറിന്റെ ട്രയൽ റൺ.

ഉദ്ഘാടനത്തിന്റെ തലേന്നാൾ വൈകുന്നേരം ജീപ്പിൽ ഉച്ചഭാഷിണി കെട്ടി പ്രഖ്യാപനം വന്നു: രാത്രി ആരും പരപ്പൻപാറയുടെ അരികിലേക്ക് പോകരുത്, പാറ പൊട്ടിക്കുന്നുണ്ട്.

ആളുകൾ ആ ശബ്ദം കേൾക്കാൻ കാത്തിരുന്നു. ഉറക്കം അതിനു ശേഷം ആയാൽ അത് കേട്ട് ഞെട്ടി ഉണരാതെ കഴിയുമല്ലോ. പക്ഷേ ഒരു ശബ്ദവും കേട്ടില്ല. എന്തുപറ്റി എന്നാ അത്ഭുതത്തിന് പരിഹാരമാവാൻ നേരം പുലരേണ്ടി വന്നു: ശ്രമം നടക്കായ്കയല്ല. പരപ്പൻപാറയുടെ മുകളിൽ തമരടിച്ച് തോട്ട ഇറക്കിവെച്ച് മുറപോലെ തീ കൊളുത്തി. ഒരിടത്തല്ല ആറടി വിട്ട് നേർവരയിൽ

നാലിടങ്ങളിൽ. ഒരു വലിയ പാളി ഒന്നിച്ച് അടർത്തിയെടുക്കാൻ ആയിരുന്നു ശ്രമം. പക്ഷേ ഒരു തോട്ടയും പൊട്ടിയില്ല. മരുന്നു മുഴുവൻ പൂത്തിരി പോലെ നിന്നു കത്തി. അപൂർവ്വമായ ഒരു കരി മരുന്ന് പ്രയോഗം പോലെ!

പാറയുടെ കടുപ്പം തോട്ടയ്ക്കുള്ള തുള എടുക്കുമ്പോഴേ കണ്ട താണ്. കാരിരുമ്പ് പോലെ എന്നാണ് പണിക്കാർ പറഞ്ഞത്. സാധാ രണ വേണ്ടി വരാറുള്ളതിന്റെ നാലിരട്ടി സമയം വേണ്ടിവന്നു ഓരോ തുളയ്ക്കും.

ഉദ്ഘാടനത്തിന് മന്ത്രി വന്നപ്പോൾ ചുറ്റുവട്ടത്തുനിന്ന് നാല് പാറക്കല്ലുകൾ പെറുക്കിക്കൂട്ടി ക്രഷർ പ്രവർത്തിപ്പിച്ച് ഉദ്ഘാടനം നിർവഹിച്ചു. പിറ്റേന്നാൾ പാത്രത്തിൽ പടം വന്നു. അതിന്റെ കൂടെ അപൂർവ്വ കാഠിന്യമുള്ള പാറയുടെ പ്രത്യേക വിവരങ്ങളും.

ജിയോളജി വകുപ്പിൽനിന്ന് വിദഗ്ധന്മാർ വന്നു. അവർ പാറ പരിശോധിച്ച് പറഞ്ഞു: ഇത് ഭൂഗർഭപാറയുടെ തുടർച്ചയായി പൊങ്ങി നിൽക്കുന്നതാണ്, ലാവ വീണുറച്ചുണ്ടായ പാറയല്ല. ഇതിൽ വായു വിന്റെ അംശം ഒട്ടും ഇല്ല. അതിനാൽ ഇത് ഉടയില്ല. ഉഗ്രൻ സ്ഫോ ടക വസ്തു വെച്ച് പൊട്ടിച്ചാലും ഇത് ഒരു യന്ത്രം കൊണ്ടും ഉടച്ച് പണിക്ക് ഉപയോഗിക്കാൻ പറ്റുന്ന ഉരുപ്പടികളാക്കാൻ കഴിയില്ല.

യന്ത്രസാമഗ്രികൾ അപ്രത്യക്ഷമായി. ക്വാറി ഉണ്ടാവില്ല എന്ന് നിശ്ചയമായപ്പോൾ ആളുകൾ സന്തോഷിച്ചു. ഉണ്ടാക്കിയ റോഡ് എടുത്തു കൊണ്ടുപോകാൻ കഴിയില്ലല്ലോ. വൈദ്യുതി എത്തിക്കാൻ വലിച്ച പ്രത്യേക കമ്പി കാരണം മിനിറ്റിന് മൂന്നുവട്ടം കറണ്ട് പോകുന്ന തിന് പരിഹാരവുമായി.

ഒരു സന്ധ്യയ്ക്ക് ഒരു പ്രത്യേക ദൂതൻ ശൈവരെ തേടി വന്നു: വീടും സ്ഥലവും പകുതി വിലക്ക് തിരികെ നൽകാം. അത് വാങ്ങാൻ തയ്യാറാണെങ്കിൽ എല്ലാ വകുപ്പുകളുടെയും നിയമലംഘന നോട്ടീ സുകൾ പിൻവലിപ്പിക്കാം.

മൂന്നു ഗഡുക്കളായേ പണം തരാൻ കഴിയൂ എന്ന നിബന്ധന പോലും അവർ സ്വീകരിച്ചു.

ഇതെല്ലാം കഴിഞ്ഞിട്ട് ഇപ്പോൾ മൂന്ന് പതിറ്റാണ്ടിലേറെയായി. ഇതിനിടെ ശൈവരുടെ ദുഃഖങ്ങൾക്ക് ഏറെക്കുറെ പരിഹാരമായി. ദുരിതാനുഭവങ്ങളുടെ പുഴകൾ നീന്തി കടന്ന് മകൻ തിരികെ വന്നു. അണ്ടിയോട് അടുത്തപ്പോൾ മാങ്ങയുടെ പുളിയറിഞ്ഞ് വിപ്ലവം ഉപേക്ഷിച്ച് സന്ന്യസിച്ച അയാൾ പെട്ടെന്ന് തന്നെ അതും കൈവിട്ട് പാരീസിൽ പോയി ശില്പകല പഠിച്ച് ചിത്രം വരയ്ക്കുന്ന ഒരു

സ്വിറ്റ്സർലൻഡ്കാരിയുടെ ഇണയായി. അവരുടെ കൂടെ താല്പര്യത്തിന്റെ പ്രേരണയിൽ അച്ഛനെയും അനിയത്തിയെയും അന്വേഷിച്ച് തിരികെ വന്നതാണ്. പരപ്പൻപാറപ്പുറത്തെ വീടും പരിസരവും കണ്ടപ്പോൾ അവർ അത് തങ്ങളുടെ ആസ്ഥാനമാക്കാൻ ആഗ്രഹം പ്രകടിപ്പിച്ചു. പരപ്പൻപാറയ്ക്ക് അവർ 'ദൈവത്തിന്റെ കവചം' എന്ന് പേരിട്ടു.

തന്റെ കുട്ടികൾ കരിമ്പാറയുടെ മനം തിരിച്ചറിഞ്ഞത് കണ്ട് ശൈവരുടെ ഹൃദയം ഏറെക്കാലത്തിനുശേഷം കുളിർത്തു. ■

തിരുശേഷിപ്പ്

വളരെ പെട്ടെന്നായിരുന്നു എല്ലാം. ആരും ഒട്ടും പ്രതീക്ഷിച്ചില്ല. കൊട്ടാരത്തിൽ എല്ലാവരും വിവരമറിഞ്ഞ നാട്ടുകാർ ഒക്കെ തന്നെയും അക്ഷരാർത്ഥത്തിൽ അന്തം വിട്ടുപോയി.

ഇങ്ങനെയൊന്ന് ഉണ്ടാകാം എന്നു പൊന്നുതമ്പുരാന്റെ ജാതകത്തിൽ ഉണ്ട് എന്ന കാര്യം കുറച്ചു പേർക്കേ ഓർമ്മയുള്ളൂ. അവർ പോലും, എന്തുകൊണ്ട് എന്നറിയില്ല, ഒരു മുന്നറിയിപ്പും നൽകിയില്ല.

ലോകത്തെ വിസ്മയിപ്പിച്ചുകൊണ്ട്, പൊന്നുതമ്പുരാൻ തന്നെയാണ് ആ പ്രഖ്യാപനം നടത്തിയത്: ''ഇന്ന് പുലർച്ചെ ബ്രഹ്മമുഹൂർത്തത്തിൽ ദൈവം എന്നോട് പറഞ്ഞു നീ തന്നെയാണ് ഞാൻ.'' എന്ന്.

അന്ന് രാജാവിന്റെ നാല്പത്തിയേഴാം ജന്മദിനം ആയിരുന്നു. നാടുമുഴുവൻ കൊടിതോരണങ്ങളാൽ അലങ്കരിച്ചിരുന്നു. തെരുവുകൾ അടിച്ചുവാരി വൃത്തിയാക്കി വെള്ളം തളിച്ചു പൊടി അടക്കിയിരുന്നു. നഗരത്തിന്റെ പ്രധാന കവാടങ്ങളിൽ വലിയ കൊലവാഴകളും ആർച്ചുകളും പണിതിരുന്നു.

ഈ തമ്പുരാന്റെ സ്ഥാനാരോഹണത്തിന് ശേഷം നാട്ടിൽ ക്ഷേമവും ഐശ്വര്യവും അടിക്കടി വളരുകയായിരുന്നു. തമ്പുരാനോ, എപ്പോഴും ശാന്തനും പ്രസന്നനും വിനീതിനും നീതിമാനും ആയിരുന്നു.

രാജാവിന്റെ കാര്യത്തിൽ നാട്ടിൽ നിലനിൽക്കുന്നത് ഒരു പ്രത്യേക കീഴ്വഴക്കമാണ്. ഭരിക്കുന്ന രാജാവ് തനിക്ക് പ്രായമാകുമ്പോൾ, നാടുനീളെ ദൂതന്മാർ മുഖേന പരതി പത്തു വയസ്സുകാരനായ ഒരു ആൺകുട്ടിയെ കണ്ടെത്തുന്നു. ആ കുട്ടിയുടെ അച്ഛനമ്മമാർ ശേഷം കാലം കണ്ണുകൾ കെട്ടി ജീവിക്കണം. തങ്ങളുടെ

മകനെ രാജാവായി കാണാനും കാണുമ്പോൾ അഹങ്കാരം തോന്നാനും ഇടയാകാതിരിക്കാനാണ് ഈ മുൻകരുതൽ.

പത്തുപതിനാറു തലമുറകളായി ഈ പതിവ് തുടരുന്നു. ദൈവ നിശ്ചയത്താൽ തന്നെ കണ്ടുകിട്ടിയതാണ് ഈ രീതി. അതുവരെ സഹോദരങ്ങളെയും അച്ഛനമ്മമാരെത്തന്നെയും വെട്ടിക്കൊലപ്പെ ടുത്തിയും പിടിച്ചു കെട്ടി തുറുങ്കിലടിച്ചുമാണ് ഓരോ രാജാക്കന്മാർ സിംഹാസനം കൈവശപ്പെടുത്തിയത്. ആ രാജാക്കന്മാരാകട്ടെ, അക്രമികളും സ്വാർത്ഥികളും നിർദ്ദയരുമായിരുന്നു.

അങ്ങനെയിരിക്കെ ഒരിക്കലൊരു രാജാവിന് സന്തതിയില്ലാതെ വന്നു. അദ്ദേഹമാണ് തന്റെ പിൻഗാമിയെ നിശ്ചയിക്കാൻ ഈ രീതി യിൽ തെരഞ്ഞെടുപ്പു നടത്തിയത്. അത് പിന്നെ പതിവായി.

പക്ഷേ താൻ ദൈവമാണെന്ന് അന്നോളം ഒരു രാജാവും പ്രഖ്യാ പിച്ചിട്ടില്ല. പക്ഷേ ഇതൊരു ആശുഭമാണെന്ന് കേട്ടവർ ആരും പറഞ്ഞില്ല. എല്ലാവരും അദ്ദേഹത്തെ സർവാർപ്പണ ഭാവത്തോടെ സാഷ്ടാംഗം, സുദീർഘം, നമസ്കരിക്കുകയാണ് ചെയ്തത്. രാജ ധാനിയിലെ പ്രധാന ഉപദേഷ്ടാവുതന്നെ അതിന് നേതൃത്വം നൽകി.

അതിനു ശേഷം അദ്ദേഹം തുരുതുരെ കൽപ്പനകൾ പുറപ്പെടു വിച്ചു: ''ശ്രദ്ധിക്കുക. ഈ നിമിഷം മുതൽ പൊന്നു തിരുമേനിയുടെ പേര് സുകുമാരൻ ഉണ്ണി രാജ എന്നല്ല ഈശൻ എന്നാണ്. മുട്ടു കാലിൽ നടന്ന് തൊഴുകയ്യോടെ അല്ലാതെ ആരും ഇദ്ദേഹത്തിന്റെ മുന്നിൽ വരരുത്. നേരെ മുഖത്ത് നോക്കി ആരും സംസാരിക്കരുത്. നിലവിലുള്ള നാട്ടുനടപ്പ് എന്തായാലും ഈ നിമിഷം മുതൽ നമ്മുടെ ഈശൻ എന്തു പറയുന്നുവോ അതാണ് ഈ നാട്ടിലെ നിയമം. മാത്രമല്ല, ലോകത്തെങ്ങും ഇതുതന്നെ ആയിരിക്കണം പ്രബലമായ നിയമം എന്ന ലക്ഷ്യം വെച്ച് നാം ഓരോരുത്തരും പ്രയത്നിക്കണം. എന്ത് തിരുവായ് മൊഴിഞ്ഞാലും എതിർവായ് അല്ല ഒരുതരം വിപരീത ശബ്ദവും ആരും പുറപ്പെടുവിക്കരുത്. വല്ലപ്പോഴുമേ ഇദ്ദേഹം അന്തപുരത്തിൽനിന്ന് പുറത്തിറങ്ങുകയുള്ളൂ. ആരും ഒരു അലോസരവും ഇദ്ദേഹത്തിന് ഉണ്ടാക്കരുത്. ഏതെങ്കിലും തരത്തി ലുള്ള അവമതിപ്പ് ഗുരുതരമായ കുറ്റകൃത്യമായിരിക്കും. ഉറങ്ങു മ്പോഴും ഉണർന്നിരിക്കുമ്പോഴും ഇദ്ദേഹം മുഖ്യ ന്യായാധിപൻ ആയിരിക്കും. തിരുവായ് മൊഴിയുന്നത് എന്തോ അതൊക്കെ കർശ നമായ ശ്വാസനയായി കണക്കാക്കണം.''

തുടർന്ന് കാര്യവിചാരസഭ കൂടി. പണ്ഡിതന്മാർ മൂപ്പിളമ ക്രമ ത്തിൽ സംസാരിച്ചു. ഒന്നാമൻ പറഞ്ഞു:

''ഈശന് പ്രണാമം! കാര്യങ്ങളൊക്കെ തീർച്ചയായും മെച്ച പ്പെടും. ഭരണക്രമം ഏതു തന്നെയായിരുന്നാലും ഭരണകർത്താവ് നന്നായാൽ മതി എന്നതാണ് നാം മറക്കരുതാത്ത കാര്യം. രാജാവ് നന്നാവാൻ ഏറ്റവും നല്ല മാർഗ്ഗം അദ്ദേഹം ഈശ്വരൻ തന്നെ ആവു ന്നതാണ്.''

രണ്ടാമൻ ഇക്കാര്യം ശരിവെച്ചു: ''ഇനി മേലിൽ ഇത് കൊട്ടാരം അല്ല, കോവിൽ ആണ്. ഈശൻ എല്ലാം കേൾക്കും. ചിലപ്പോൾ ഒരു മറുപടിയും പറയില്ല. മറുപടി ആവശ്യമാണെങ്കിൽ, അത് അതിന് ഉത്തരവാദപ്പെട്ടവർ യഥാവിധി പറയും.''

ഭരണത്തിന്റെ സൗകര്യത്തിനായി രാജ്യത്തെ അംശം ദേശം ഗ്രാമം, ഊര്, പ്രവിശ്യ, നാട് എന്നിങ്ങനെ വിവരിച്ചിരുന്നു. ഓരോ പ്രദേശത്തിനും രാജസേനയാൽ ഓരോ ഭരണസമിതി നിയോഗിക്ക പ്പെട്ടു. ആജീവനാന്തമാണ് നിയമനം. എല്ലാ കാര്യങ്ങളിലും അവ സാനവാക്ക് അവരുടേതാണ്. ചുരുക്കത്തിൽ ഓരോ ഭരണസമിതി യുടെയും തലവനാണ് അവിടത്തെ ചെറിയ രാജാവ്.

മഹാരാജാവ് ഈശ്വരനായപ്പോൾ ഇവരിൽ ഓരോരുത്തരും ചെറിയ ഈശ്വരന്മാരായി. നമസ്കരിച്ചു വേണം കാര്യം പറയാൻ, മുന്നിൽ കുനിഞ്ഞേ നിൽക്കാവൂ, തിരുമുൽക്കാഴ്ച വെച്ചേ സന്നിധി യിലേക്ക് പ്രവേശിക്കാവൂ എന്നിങ്ങനെയൊക്കെയായി. യഥാ രാജാ തഥാ പ്രജാ എന്നാണല്ലോ.

ചെറിയ മുറുമുറുപ്പ് ആദ്യം കണ്ടത് അമ്പലങ്ങളിൽ നിന്നും മറ്റ് ആരാധനാലയങ്ങളിൽ നിന്നുമൊക്കെയാണ്. ജീവനുള്ള ദൈവ സ്ഥാനികൾ മറ്റു ദൈവങ്ങളും അവരെ ചുറ്റിപ്പറ്റിയുള്ള അധികാര കേന്ദ്രങ്ങളുമായി വൈരുദ്ധ്യാത്മകതയിലായി.

ഇത് ചർച്ചാവിഷയമായി നാട്ടിൽ. മാധ്യമങ്ങൾ ഇരുവശവും പിടിച്ചു തർക്കിച്ചു. പല തലങ്ങളിലും ചർച്ച മയമില്ലാതെയായി. വഴക്കായി. ചിലയിടങ്ങളിൽ കലാപവുമായി. അദ്വൈതികളും ദ്വൈതികളും ആയുധം എടുത്തു. അരുതെന്ന് പറയുന്ന അവരുടെ കൂടെ ആരും അധികം ഉണ്ടായില്ല.

അവസാനം തർക്കം സർവ്വേശ്വരന്റെ മുന്നിൽ എത്തി. അവിടെ പരമോന്നത സഭ ഏറെ കാലം തർക്കിച്ചു. നീതിന്യായ പീഠം നിയമ ത്തിന്റെ തലനാരിഴ കീറി പരിശോധിച്ചു.

അവസാനം സർവ്വേശ്വരൻ പ്രത്യക്ഷപ്പെട്ടത് ഇങ്ങനെ മൊഴിഞ്ഞു: ''രണ്ടായി തോന്നുന്നത് മഹാമോഹം കാരണമാണ്. അതും ഇതും അവിടെയും ഇവിടെയും ഞാൻ തന്നെ. കൃത്യനിർവഹണത്തിന്

ഇങ്ങനെ പ്രതിക്ഷീഭവിക്കുന്നതാണ്. അറിവില്ലായ്മകൊണ്ട് രണ്ടു ണ്ടെന്ന് തോന്നുന്നു. വാസ്തവത്തിൽ ആകെ ഒന്നേയുള്ളൂ. അഹം ബ്രഹ്മാസ്മി.''

ആർക്കും ഒന്നും മനസ്സിലായില്ല എങ്കിലും മനസ്സിലായി എന്നോ എല്ലാവർക്കും തോന്നി. അതിനാൽ ദൈവത്തിന് ഹിമാലയത്തോളം ഉയരമുള്ള പ്രതിമ ഉണ്ടാക്കുകയും ലോകത്തിൽ ഏറ്റവും ശക്തമായ സൈന്യം രൂപീകരിക്കുകയും ചെയ്തു.

നിമിഷവും അമരാവതി വീണ്ടും മരുപ്രദേശമാകാം. ഈശ്വരനു ശേഷം ആര് എന്ന് ചോദ്യം ഉത്തരമില്ലാതെ സൂക്ഷിക്കുന്നു. നാളെ എന്ത് എങ്ങനെ എന്ന സംശയവും.

■

മാഷേ, മാപ്പ്

കുട്ടിമാഷ് എന്നാണ് അദ്ദേഹം അറിയപ്പെട്ടത്. മിടുക്കനായ അധ്യാപകൻ. തന്റെ ക്ലാസ്സിലൂടെ കടന്നുപോയ എല്ലാ കുട്ടികളുടെയും ഇഷ്ടതോഴൻ.

തന്റെ ജാതിയോ മതമോ എന്തെന്ന് ഒരിക്കലും ആരെയും അറിയിക്കാത്ത ഒരാൾ. ഒരു ആരാധനാലയത്തിലും പോവില്ല. ഒരു ആചാരവും അനുഷ്ഠിക്കില്ല. ഒരു അവധി എന്നതിൽ കവിഞ്ഞ് ഒരു ആഘോഷത്തോടും ഒരു മമതയും ഇല്ല. തനിക്ക് തന്റെ കുട്ടികളെ കാണാൻ കഴിയാത്ത ദുഃഖദിനം. അത്രതന്നെ.

സ്വന്തമായി കുടുംബം ഇല്ല. വീടും ഇല്ല. അങ്ങാടിയിൽ ഒരു പീടികയുടെ മുകളിലെ മുറിയിൽ താമസിക്കുന്നു. പുഴയിൽ കുളി, താഴെ ഹോട്ടലിൽ ഊണ്. വെള്ളം തിളപ്പിച്ച് കുടിക്കാൻ ഒരു സ്റ്റൗ ഉണ്ട് മുറിയിൽ. ചായയോ കാപ്പിയോ കഴിക്കില്ല. ഒരു ലഹരിപദാർത്ഥവും ഉപയോഗിക്കാറില്ല.

മുപ്പത്തിമൂന്നു കൊല്ലമായി ഞങ്ങളുടെ നാട്ടിലാണ് ഇദ്ദേഹം. അതിൽ മുപ്പത്തിരണ്ടു കൊല്ലവും സർക്കാർ വക പ്രൈമറി സ്കൂളിൽ അധ്യാപകൻ. എവിടന്ന് വന്നു എന്നുപോലും നാട്ടിൽ ആർക്കും നിശ്ചയമില്ല. സ്വന്തക്കാരായി എവിടെയെങ്കിലും ആരെങ്കിലും ഉണ്ടോ എന്നും അറിയില്ല. അവധി കിട്ടിയാലും എവിടേക്കും പോകാറില്ല. തന്റെ വീട് എന്ന് അദ്ദേഹം പറയുന്നത് ഈ നാടിനെയാണ്.

മതത്തിന്റെ കാര്യമാണ് ഏറ്റവും വലിയ തമാശ. കുട്ടി എന്നാൽ തോമസ്സുകുട്ടി ആണോ അബ്ദുല്ലക്കുട്ടിയാണോ നാരായണൻകുട്ടിയാണോ എന്ന് ആർക്കും തിരിച്ചറിയാൻ കഴിഞ്ഞിട്ടില്ല. ഭാഷകൊണ്ടോ പെരുമാറ്റംകൊണ്ടോ ഒന്നും അത് അറിയാൻ ആർക്കുമായിട്ടില്ല. മാതാപിതാക്കൾ ഏതെങ്കിലും ജാതിയിലോ മതത്തിലോ പെട്ടവരായിരിക്കും എന്ന കാര്യം തീർച്ചയാണല്ലോ. വളരെ ജിജ്ഞാസുക്കളായ ചിലർ നേരിട്ട് തന്നെ ചോദിച്ചിട്ടുണ്ട്. എല്ലാം തന്റെ

മതമാണ് എന്നായിരുന്നു അദ്ദേഹത്തിന്റെ മറുപടി. ഒരുപാട് അഭയ കേന്ദ്രങ്ങളുള്ള ഒരാളുടെ സുഖത്തോടെയാണ് ഇത് പറയുക. എല്ലാ മതങ്ങളെയും ആശ്രയിക്കാമല്ലോ എന്ന സന്തോഷം. ഒന്നു രണ്ടു സഹപ്രവർത്തകർ ഡിപ്പാർട്ട്മെന്റിലെ രേഖകളിൽ ഇദ്ദേഹത്തിന്റെ മുഴുവൻ പേര് എന്താണ് എന്ന് ചിക്കി തെരഞ്ഞുനോക്കി. കുട്ടി എന്നു മാത്രമേയുള്ളൂ. ജാതിയുടെയും മതത്തിന്റേയും കോളങ്ങൾ പൂരിപ്പിച്ചിട്ടില്ല.

സുമുഖനും ആരോഗ്യവാനും. ചിരിച്ചുകൊണ്ടേ കാണൂ. ഒരു വാർത്തയും സങ്കടപ്പെടുത്തില്ല. ആരെങ്കിലും സങ്കടപ്പെട്ട് ഇരിക്കുന്നത് അദ്ദേഹത്തിന് ഇഷ്ടമല്ല. അടുത്തുകൂടി എങ്ങനെയെങ്കിലും ചിരിപ്പിക്കും. ആർക്കെന്ത് ഉപകാരം ചെയ്യാനും എപ്പോഴും തയ്യാർ.

ഇവിടെ അധ്യാപകനായി വന്ന ആദ്യ നാളുകളിലാണ് അദ്ദേഹത്തിന്റെ ജാതിയും മതവും അറിയാൻ കാര്യമായ ശ്രമം നടന്നത്. കാരണം, ഒരു നല്ല ഭർത്താവാകാൻ എല്ലാംകൊണ്ടും യോഗ്യനാണ് അദ്ദേഹം എന്ന് ആളുകൾക്ക് തോന്നി. പക്ഷേ വേരും കൂറും ചാർച്ചയും ചേർച്ചയും ഒന്നും അറിയാതെ എങ്ങനെ ഒരു പെൺകുട്ടിയെ പിടിച്ചു കൊടുക്കും. കുട്ടിമാഷോ പ്രാണൻ പോയാലും ഈ വക ഒരു കാര്യവും പറയുകയും ഇല്ല. പലരും പലതും ഊഹിച്ചു. തിരിച്ചും മറിച്ചും ഊഹങ്ങൾ മാറ്റിയവരും ഉണ്ട്. എല്ലാം വെറുതെയായി.

താമസിക്കുന്ന മുറി പൂട്ടാറില്ല. ചില വിരുതന്മാർ മാഷ് ഇല്ലാത്തപ്പോൾ അവിടെ കയറി പരിശോധിക്കുകവരെയുണ്ടായി. ലോകത്ത് എല്ലാ പ്രമുഖ മതങ്ങളുടെയും അടിസ്ഥാനഗ്രന്ഥങ്ങൾ കണ്ടു. മൂടി ഇല്ലാത്ത മരപ്പെട്ടിയിൽ പലതരം ഓടക്കുഴലുകളും. ചില രാത്രികളിൽ അദ്ദേഹം പതുക്കെ പുല്ലാംകുഴൽ വായിക്കാറുണ്ട്.

ഭൂമിയിൽ വെറുതെ കിളുർത്ത് ഉണ്ടായ പോലെയോ ആകാശത്തുനിന്ന് പൊട്ടിവീണ പോലെയോ ഒരാൾ.

ഒരു നോക്കുകൊണ്ടോ വാക്കുകൊണ്ടോ ആർക്കും ഒരു അലോസരവും ഉണ്ടാക്കാത്ത അപൂർവ മനുഷ്യൻ. പെരുമാറ്റത്തിൽ എന്തെങ്കിലും ഒരു ദോഷം കാണാൻ ആർക്കും സാധിച്ചില്ല.

അറിവിന്റെ കാര്യത്തിലോ ആഗ്രഗണ്യൻ. ഏതൊരു വിഷയത്തിൽ എന്ത് കാര്യം ചോദിച്ചാലും മാഷ് ഉത്തരം പറയും. ഗൂഗിളും ഇന്റർനെറ്റും ഒന്നുമില്ലാത്ത കാലത്ത് ആയിരുന്നു ഇത്.

ഞങ്ങളുടെ പോസ്റ്റ് ഓഫീസിൽ ഒരു കത്തും പാർസലും മാഷക്ക് വരാറില്ല. ഇവിടന്ന് മാഷ് ആർക്കും ഒന്നും അയയ്ക്കാറുമില്ല.

ഒന്നും സമ്പാദിച്ചു വെക്കുന്ന പതിവില്ല. നാലു ജോടി വസ്ത്രങ്ങൾ ഉണ്ട്. ഓരോ ആണ്ടിലും അത് പുതുക്കും. പഴയ വസ്ത്രങ്ങൾ അതുപോലും കൊതിക്കുന്നവർക്ക് കൊടുക്കും. ബുദ്ധിക്ക് സ്ഥിരതയില്ലാതെ അലഞ്ഞു തിരിയുന്ന രണ്ടുപേർ അന്നും ഞങ്ങളുടെ നാട്ടിലുണ്ട്. അവരുടെ ഉടുപ്പുകൾ മാഷടെയായി.

ശമ്പളത്തിലെ മിച്ചം അവശർക്കും അനാഥർക്കും ഉള്ളതാണ്. അത് കാശായോ വസ്ത്രമായോ മരുന്നായോ ഭക്ഷണമായോ ആവശ്യം പോലെ എത്തിക്കും. പഠിപ്പിക്കുന്ന കുട്ടികളുടെ വീട്ടുകാര്യങ്ങൾ ചോദിച്ചറിയും. തന്റെ ക്ലാസിൽ ഒരു കുട്ടിയും സങ്കടത്തോടെ കാണപ്പെടരുത് എന്ന് മാഷ് നിഷ്കർഷിച്ചു. വലതു കൈ ചെയ്യുന്നത് ഇടതു കൈ അറിയുകയും ഇല്ല.

കുറച്ചു കഴിഞ്ഞപ്പോൾ ഒരു അത്ഭുത മനുഷ്യനായി മാഷ് അറിയപ്പെടാൻ തുടങ്ങി. ഒരിക്കലും ഒരു അസുഖവും മാഷക്ക് വരാത്തതാണ് കാരണം. ഒരു ദിവസവും അവധി എടുത്തിട്ടില്ല. ഒരു ആശുപത്രിയിലും ചികിത്സിക്കാൻ പോയിട്ടില്ല. ഒരു പനി പോലും വരാറില്ല. ആളൊരു സിദ്ധനാണ് എന്നു വരെ ആളുകൾ കരുതാൻ തുടങ്ങി.

എല്ലാവരും എല്ലാ സന്തോഷവസരങ്ങളിലും മാഷെ ക്ഷണിച്ചു. എല്ലാ സങ്കട അവസരങ്ങളിലും മാഷ് ആരും ക്ഷണിക്കാതെ ഏതു വീട്ടിലും ചെന്നു.

മാഷ് തങ്ങളുടെ ചേരിയിൽ ആണെന്ന് വരുത്തിത്തീർക്കാൻ രാഷ്ട്രീയക്കാർ മാറിമാറി ശ്രമിച്ചു. നടന്നില്ല. പഞ്ചായത്തിൽ സ്ഥാനാർത്ഥിയാക്കാനും ഓരോരുത്തരും ശ്രമിക്കാതിരുന്നില്ല. മാഷ് അവസാനം എല്ലാവരോടുമായി പറഞ്ഞു: രാഷ്ട്രീയത്തിൽ എതിരാളിയുണ്ട്, എനിക്ക് എതിരാളി ഇല്ല, ഉണ്ടാകാതെ ഈ ജന്മം ഒടുങ്ങണം എന്നാണ് പ്രാർത്ഥന. ദയവായി...

* * *

ഈ കുട്ടിമാഷ് റിട്ടയർ ചെയ്തിട്ട് ഏതാണ്ട് രണ്ടു വർഷം കഴിഞ്ഞു. ജോലിയിൽ നിന്ന് പിരിഞ്ഞാൽ മാഷ് നാടുവിട്ടു പോകും എന്ന് പലരും ഭയപ്പെട്ടു. പോയില്ല എന്നല്ല മരിക്കുവോളം പോവില്ല എന്ന മാഷ് തന്നെ തുറന്നു പറഞ്ഞു. യാത്രയയപ്പ് വേളയിലായിരുന്നു ഈ വെളിപ്പെടുത്തൽ: ഇതാണ് എന്റെ വീട്. മരിക്കുവോളം ഞാൻ ഇവിടെ കാണും, നിങ്ങളുടെയൊക്കെ കൂടെ.

സ്കൂളുകളിൽനിന്ന് റിട്ടയർ ചെയ്തു പോകുന്നവർക്ക് നാട്ടുകാർ പിരിവെടുത്ത് ഒരു ചെറിയ സ്വർണ്ണമെഡലും ഒരു പട്ടു ഷാളും ഒരു

ഫലകവും ഒക്കെ സമ്മാനിക്കുക പതിവാണ്. പക്ഷേ ഈ വക ഒന്നും സ്വീകരിക്കാൻ കുട്ടി മാഷ് സമ്മതിച്ചില്ല.

ഇനി എന്ത് ചെയ്യാൻ പോകുന്നു എന്ന് ആരും ചോദിച്ചില്ല, മാഷ് പറഞ്ഞില്ല. പക്ഷേ പിറ്റേന്ന് നേരം പുലർന്നപ്പോൾ പതിവു നേരത്ത് ഉണർന്ന് ദിനുചര്യകൾ കഴിച്ച് മാഷ് നിരത്തിൽ ഇറങ്ങി ആളുകൾ അശ്രദ്ധമായി വലിച്ചെറിഞ്ഞ ചപ്പുചവറുകളൊക്കെ പെറുക്കി കൂട്ടി ചെറിയ കൂമ്പാരങ്ങൾ ആക്കി തീയിട്ടു. അതു കഴിഞ്ഞ് ഇടവഴിയിൽ ഇറങ്ങി ആദ്യം കണ്ട വീട്ടിൽ കയറി: ''എന്തെങ്കിലും പണിയുണ്ടോ ചെയ്യാൻ?''

എന്തു പറയണമെന്ന് അറിയാതെ വീട്ടുകാർ വിഷമിച്ചു. ഇന്നലെ വരെ കുട്ടികളെ പഠിപ്പിച്ചിരുന്ന ആളല്ലേ, ഇപ്പോൾ കൂലിപ്പണി അന്വേഷിച്ച് ഇറങ്ങിയിരിക്കയാണോ?

മാഷ് ചിരിച്ചു: ''ഒരു സംശയവും വേണ്ട. നിങ്ങൾക്ക് ഇവിടെ ചെയ്യാൻ കഴിയാത്ത എന്ത് പണിയും പറയാം, എനിക്ക് കഴിയാവുന്നതാണെങ്കിൽ ഞാൻ ചെയ്യും.''

കുറച്ച് കൂവക്കിഴങ്ങ് പറിച്ചു വെച്ചിരുന്നത് കഴുകി തൊലിയുരിച്ച് അരയ്ക്കുകയാണ് അവർക്ക് വേണ്ടിയിരുന്നത്. അപസ്മാരചരിത്രമുള്ളവർ കൂവ അരയ്ക്കരുത് എന്നാണ് പറയുക. അതുകൊണ്ടാണ് ആ വീട്ടിലുള്ളവർക്ക് അത് ചെയ്യാൻ കഴിയാത്തത്.

മാഷ് കൂവയത്രയും കഴുകി തൊലി കളഞ്ഞ് കൂവക്കോലിൽ ഉരച്ചരച്ചു, മുക്കാൽ ഭാഗവും വെള്ളം നിറച്ച് തുണി ഞാത്തി വായ കെട്ടിയ ചെമ്പിലിട്ട് ഇളക്കി കൂവപ്പൊടി ഊറി വന്നപ്പോൾ, ഊറ്റി മുറ്റത്ത് ഓലപ്പുറത്തു വിരിച്ച തുണിയിൽ ഉണങ്ങാൻ പരത്തി.

സന്ധ്യയ്ക്ക് യാത്ര പറയുമ്പോൾ കൂലിയെപ്പറ്റി വീട്ടുകാർ കുശുകുശുപ്പ് തുടങ്ങി: കൂലി ഒന്നും കൊടുക്കാതിരിക്കുന്നത് ശരിയല്ലല്ലോ. പക്ഷേ, കുട്ടികളെ പഠിപ്പിച്ചു കൊണ്ടിരുന്ന ആളല്ലേ, സാധാരണ പണിക്കാർക്ക് എന്നപോലെ കൂലി കൊടുക്കാമോ? മാഷക്ക് എന്ത് തോന്നും? കൊടുക്കുന്നെങ്കിൽ എത്ര കൊടുക്കും?

കിണറ്റിൻകരയിൽ പോയി കൈകാലുകൾ കഴുകി വൃത്തിയാക്കി തിരിച്ചു വന്നു മാഷ് പറഞ്ഞു: ''എനിക്ക് ഒന്നും വേണ്ട. കൂവപ്പൊടി വയറിളക്കം വരുമ്പോൾ മരുന്നായി ഉപയോഗിക്കാമല്ലോ. ചുറ്റുവട്ടത്തെ കുവയില്ലാത്ത വീടുകളിൽ അല്പാല്പം കൊടുത്താൽ നന്നായിരിക്കും. അത്രയും മതി.''

വിദ്യാഭ്യാസത്തിന്റെ കാര്യത്തിൽ കടുത്ത മത്സരം തുടങ്ങിയപ്പോൾ, ഞങ്ങളുടെ നാട്ടിൽ ചില വീട്ടമ്മമാർ ഒരു സൂത്രം കണ്ടു:

''കുട്ടിയെ സംശയം ചോദിക്കാൻ എന്ന് പറഞ്ഞ് മാഷടെ അരികിലേക്ക് പറഞ്ഞയയ്ക്കുക. ഒന്നാന്തരം ട്യൂഷൻ നടക്കും, അതും സൗജന്യമായിട്ട്.''

അങ്ങനെ തുടങ്ങിയ പരിപാടി മാഷടെ താമസസ്ഥലത്ത് ഒരു പ്രത്യേകതരം സ്കൂൾ പോലെയായി. കുട്ടികളുടെ എണ്ണം കൂടി. വളരെ പെട്ടെന്ന് അത് ഒരു സന്ധ്യാപാഠശാലയായി മാറി.

* * *

കാലം മാറി വരികയായിരുന്നു. കൃഷി ഒന്നും ഇല്ലാതായതോടെ നാട്ടിൽ അധികപേർക്കും തൊഴിൽ നഷ്ടമായി. അതോടൊപ്പം, ഗൾഫിൽ ജോലി ചെയ്തിരുന്ന ചെറുപ്പക്കാർ പണി പോയി കൂട്ടത്തോടെ തിരികെ എത്തി.

മര്യാദ എന്ന വാക്കിന്റെ നിർവചനം മാറി. എളുപ്പം കാശുണ്ടാക്കാനുള്ള വഴികൾ പലരും അന്വേഷിച്ചു. കുറച്ചുപേർ ലഹരിക്കച്ചവടത്തിലേക്കും കള്ളക്കടത്തിലേക്കും തിരിഞ്ഞു. ഞങ്ങളുടെ നാട്ടിൽ കൂടുതൽ പേരും ആകർഷിക്കപ്പെട്ടത് പുഴയിൽനിന്ന് മണൽ വാരുന്നതിലേക്കാണ്. നിയമാനുസൃതമല്ലാത്ത ഈ പണി രാത്രികാലങ്ങളിലാണ്. നന്നേ കുറച്ചു കാലംകൊണ്ട് പുഴയിൽനിന്ന് വെൺമണൽ അപ്രത്യക്ഷമാവാൻ തുടങ്ങി. പുഴയുടെ ദുരന്തത്തിൽ വിഷമം തോന്നിയവർ പ്രതിഷേധിച്ചു. അവർ കുട്ടിമാഷോട് സഹായത്തിന് അപേക്ഷിച്ചു.

ഇതൊരു വൻ വ്യവസായമായി മാറിക്കഴിഞ്ഞിരുന്നു. ഉറക്കം ഒഴിച്ച് കഴുത്തിനു മുകളിൽ വരെയുള്ള വെള്ളത്തിൽ മുങ്ങി തണുത്തു വിറച്ച് പുലരും വരെ മണ്ണ് വാരുന്നവർക്ക് നന്നേ കുറച്ച് കാശേ കിട്ടിയിരുന്നുള്ളൂ. പല വകുപ്പുകളിലേക്കു കൈക്കൂലിയായും രാഷ്ട്രീയക്കാർക്കു കൊള്ളപ്പണമായും മുതൽ മുടക്കുന്ന കള്ളപ്പണക്കാർക്കു ലാഭമായും ബാക്കി പോയി. എല്ലാ തരം രാഷ്ട്രീയക്കാർക്കും വിഹിതമുണ്ടായിരുന്നു.

മാഷും കുറെ ചെറുപ്പക്കാരും ചേർന്ന് നാട്ടിൽ എല്ലാ വീടുകളിലും കയറിയിറങ്ങി ഒപ്പുകൾ ശേഖരിച്ച് കളക്ടർക്ക് നിവേദനം കൊടുത്തു. അന്വേഷണം വന്നു. മണൽ കയറ്റി പോകുന്ന ചില ചെറിയ വണ്ടികൾ പിടിച്ചു. പ്രതിഷേധം ശക്തമാകുന്തോറും കൈക്കൂലിയുടെ നിലവാരം ഉയർന്നു. തലസ്ഥാനത്ത് വരെ അതിന്റെ പങ്കെത്തണം എന്ന് വന്നു. കച്ചവടത്തിലെ ലാഭം കുറഞ്ഞു. നാട്ടുകാരിൽ ഭൂരിഭാഗവും മാഷുടെയും എതിർപ്പുകാരുടെയും ഭാഗത്തായതുകൊണ്ട്

ആരെയും ശാരീരികമായി നേരിട്ട് കൈകാര്യം ചെയ്യാനും വയ്യായിരുന്നു.

അങ്ങനെയാണ് ആ അറ്റ കൈ പ്രയോഗം നടന്നത്. കുട്ടികൾക്ക് എതിരെയുള്ള ലൈംഗിക ആക്രമണത്തിന്റെ പേരിൽ മാഷെ അറസ്റ്റ് ചെയ്യിച്ചു.

ഒരു സന്ധ്യയ്ക്ക് സായാഹ്നക്ലാസിലെ ഒരു പത്തു വയസ്സുകാരി പെൺകുട്ടി അപസ്മാരും വന്നു കുഴഞ്ഞു വീണു. എന്തു ചെയ്യണം എന്ന് നല്ല വിവരമുള്ള മാഷ് തന്റെ തൂവാല മടക്കി ചുരുട്ടി അവളുടെ പല്ലിൻനിരകൾക്കിടയിൽ തിരുകി വെച്ചു. പല്ല് കൂട്ടിക്കടിച്ച് നാവ് മുറിഞ്ഞു പോകാതിരിക്കാനുള്ള മുൻകരുതൽ. ക്ലാസ് പിരിച്ചു വിട്ടു. കൂട്ടത്തിൽ മുതിർന്ന ഒരു കുട്ടിയെ അസുഖം വന്ന കുട്ടിയുടെ വീട്ടിൽ വിവരം പറയാൻ അയച്ചു. എന്നിട്ട് ബോധമില്ലാത്ത കുട്ടിയെ തോളത്ത് കമഴ്ത്തിയെടുത്ത് വാഹനത്തിനൊന്നും കാത്തു നിൽക്കാതെ ഹെൽത്ത് സെന്ററിലേക്ക് നടന്നു.

ഒരു കൈ കുട്ടിയുടെ തുടകൾക്കു കുറുകെ ശരീരത്തിന് താങ്ങായി പിടിച്ചു. വലിച്ചു വാരി എടുത്തപ്പോൾ കുട്ടിയുടെ പാവാട മേലോട്ട് അല്പം പൊങ്ങിപ്പോയി എന്നത് ശരിയാണ്.

തല തെന്നാതിരിക്കാൻ മറ്റേ കൈകൊണ്ട് അവളുടെ പിൻകഴുത്തിലും പിടിച്ചു. അബോധാവസ്ഥയിലുള്ള കുട്ടി തെന്നിയേക്കാം എന്നതുകൊണ്ട് നല്ലപോലെ മാറത്ത് അമർത്തിയാണ് പിടിച്ചത്.

ഇങ്ങനെ പിടിച്ചത് ദുരുദ്ദേശ്യത്തോടെയാണ് എന്നായിരുന്നു പോക്സോ ചാർജ്. കുറ്റം ചെയ്യപ്പെടുമ്പോൾ ഇര അബോധാവസ്ഥയിൽ ആയിരുന്നു. അതുകൊണ്ട് അവളുടെ മൊഴിയെടുക്കാൻ നിർവാഹമില്ലായിരുന്നു. പകരം ചില വഴിപോക്കരുടെ സാക്ഷ്യമാണ് പൊലീസ് എടുത്തത്. നിറം പിടിപ്പിച്ച നുണകൾ ആയിരുന്നു അത്. കുട്ടിയുടെ മാതാപിതാക്കളെക്കൊണ്ട്, എന്തുപായാത്തലോ, പ്രതിക്ക് എതിരായി മൊഴിയും കൊടിപ്പിച്ചു.

ഇതെഴുതുമ്പോൾ കുട്ടിമാഷ് വിചാരണത്തടങ്കലിലാണ്. പരമാവധി ശിക്ഷ ഉറപ്പാണെന്ന് തീർച്ചയായിട്ടുണ്ട്.

മാഷടെ ജാതിയും മതവും ഒന്നും ഇപ്പോഴും കണ്ടെടുക്കാൻ ആയില്ല എങ്കിലും കുറ്റപത്രത്തിൽ മാഷെപ്പറ്റി നാട്ടുകാർക്ക് ഇല്ലാത്ത ചില വിവരങ്ങൾ ഉണ്ടായി: അമ്മത്തൊട്ടിലിൽ കിട്ടിയ അനാഥനാണ്, അനാഥാലയത്തിൽ വളർന്നു.

പുഴയിലിറങ്ങി മണൽ എടുക്കുന്ന മണ്ണുമാന്തികളും ടിപ്പർ ലോറികളും പുലരുംവരെ നിർബാധം മുരണ്ടു. മുങ്ങി മണൽ വാരുന്ന

ചെറുപ്പക്കാർക്കും ചെറിയ വാഹനങ്ങൾക്കും പണി ഇല്ലാതായി. കോയമ്പത്തൂർ വരെയും ബാംഗ്ലൂർ വരെയും ഒക്കെ ഭാരതപ്പുഴയിലെ മണൽ എത്തി. പൊതുമരാമത്ത് വകുപ്പിന്റെ കള്ള ബോർഡ് വെച്ചണ് പടുകൂറ്റൻ ടിപ്പർ ലോറികൾ എല്ലാ അതിർത്തികളും കട ന്നത്.

* * *

ഈ നാടകത്തിലെ അവസാന രംഗം നടക്കുമ്പോൾ ഞാൻ കൊടൈ ക്കനാൽ എന്ന ജോലി സ്ഥലത്തായിരുന്നു. അവധിയിൽ വന്നപ്പോ ഴാണ് വിവരം അറിയുന്നത്. ആളുകൾ വളരെ സങ്കടത്തോടെ സംസാരിച്ചു. എതിരായി മൊഴി കൊടുത്തവർ പോലും സങ്കടത്തോ ടെയാണ് പ്രതികരിച്ചത്. വലിയ ആളുകൾ ആവശ്യപ്പെടുമ്പോൾ എങ്ങനെ അനുസരിക്കാതിരിക്കും എന്നായിരുന്നു അവരുടെ നിസ്സ ഹായത.

ജയിലിൽ കാണാൻ ചെന്ന എന്നോട് മാഷ് ചോദിച്ചു: ആരെ ങ്കിലും അണ കെട്ടും എന്ന് വിചാരിച്ച് പുഴയ്ക്ക് ഒഴുകാതിരിക്കാൻ ആവുമോ? കുട എടുത്താണ് പുറത്തിറങ്ങിയത് എന്ന ഒറ്റക്കാരണ ത്താൽ മഴ പെയ്യണം എന്ന് ആർക്കെങ്കിലും ശഠിക്കാൻ ആവുമോ?

ചിരിച്ചുകൊണ്ടായിരുന്നു ഈ ചോദ്യം. ആ ചിരിയും ആ ചോദ്യവും എന്റെ ധാർമിക രോഷത്തീ പറ്റെ അണച്ചുകളഞ്ഞു.

പത്തുവർഷത്തെ ശിക്ഷ പൂർണമായും അനുഭവിച്ച് പുറത്തിറ ങ്ങാൻ ഇരുന്നതിന്റെ തലേന്നാൾ മാഷ് ഹൃദയാഘാതം മൂലം മരിച്ചു. ഏറ്റുവാങ്ങാൻ ആരുമില്ലാത്ത ശരീരം പഞ്ചായത്തിന്റെ പൊതുശ്മ ശാനത്തിൽ അടക്കം ചെയ്തു.

വർഷങ്ങൾക്കുശേഷം ഇപ്പോൾ എനിക്ക് തോന്നുന്നു ഞാൻ എന്റെ നാടിന്റെ നന്ദിയില്ലായ്മയുടെ പേരിൽ അന്ന് അദ്ദേഹത്തോട് ക്ഷമ പറയേണ്ടതായിരുന്നു. വൈകിയാണെങ്കിലും വേണ്ടത് ചെയ്യ ണമല്ലോ: സാർ, ഞങ്ങളോട് പൊറുക്കണം. നന്മ മാത്രം ചെയ്ത അങ്ങയെ ക്രൂരമായി ശിക്ഷിച്ചതിന് പ്രതിഫലമായി ഞങ്ങൾക്ക് ഇനിയും പ്രളയവും സുനാമിയും കിട്ടാതിരിക്കാൻ അങ്ങ് മാധ്യസ്ഥം വഹിക്കണം. അറിയാമല്ലോ, ശരി ചെയ്യാൻ ഞങ്ങൾക്ക് കഴിയാതി രിക്കുന്നത് അടിസ്ഥാനപരമായ വിവരക്കേടിന്റെ മാത്രം ഫലമാണ്. ഒരു ദുരുദ്ദേശ്യവും ഞങ്ങൾക്ക് ഇല്ല. ശുദ്ധ മണ്ടന്മാർ ഞങ്ങൾ!!

■

കറുത്തു വെളുത്ത കുട്ടി

1

അമ്മിണിച്ചേച്ചിയുടെ കല്യാണത്തിന് തറവാട്ടു വീട്ടിലേക്ക് പോരുമ്പോൾ അമ്മ അനിയന്റെ ഒന്നാം പിറന്നാളിന്റെ ഒരു മണിക്കൂർ നീണ്ട വീഡിയോ കൊണ്ടുവന്നിരുന്നു. അത് ടിവിയിൽ കണ്ടു തീർന്നപ്പോൾ മുത്തശ്ശി ആരാഞ്ഞു: ''എന്താ, പാറുക്കുട്ടി അന്നവടെങ്ങും ഇല്ലാരുന്നോ?''

ആ ചോദ്യം കേട്ടില്ല എന്ന മട്ടിൽ വേറെ ആരോടോ എന്തോ പറയുകയാണ് അമ്മ ചെയ്തത്. തന്റെ ശ്രദ്ധ അർഹിക്കാത്ത ഒരു ചോദ്യം എന്ന് അച്ഛനും ഭാവിച്ചു. എല്ലാവരും കല്യാണത്തിന്റെ ഒരുക്കങ്ങളുടെ തിരക്കിലായതുകൊണ്ട് കൂടുതൽ ഒന്നും ആരും ചോദിച്ചുമില്ല.

വീട്ടിൽ പുതിയ തലമുറയിലെ ആദ്യത്തെ ആളുടെ വിവാഹമാണ്. അമ്മയുടെ ഏറ്റവും മൂത്ത ചേച്ചിയുടെ മകൾ രാഗിണിയാണ് വധു.

പക്ഷേ മുത്തശ്ശിയുടെ ചോദ്യം പാറുക്കുട്ടിയുടെ മനസ്സിൽ തറച്ചു തന്നെ നിന്നു.

നാലഞ്ചു വയസ്സായി കാര്യങ്ങൾ ശരിയായി മനസ്സിലാവാൻ തുടങ്ങിയപ്പോഴേ പാറുക്കുട്ടിക്ക് ബോദ്ധ്യമായി, വീട്ടിൽ തന്നോട് ആർക്കും വലിയ ഇഷ്ടമില്ല എന്ന്. വികൃതി കാണിച്ചതുകൊണ്ടോ അച്ചടക്കം ഇല്ലാത്തതുകൊണ്ടോ ഒന്നും അല്ല ഈ പ്രിയമില്ലായ്മ എന്നും. ആ പിറന്നാൾ വീഡിയോ നഗരത്തിലെ വീട്ടിൽ വെച്ച് കാണവെതന്നെ ഒട്ടേറെ സങ്കടം അനുഭവിച്ചതാണ്.

പാറുക്കുട്ടി കറുകറുത്താണ്. എന്നു പറഞ്ഞാൽ പോരാ, കരിക്കട്ടക്കറുപ്പ്. അച്ഛനും അമ്മയും കൂടപ്പിറപ്പുകളും തറവാട്ടിൽ മറ്റെല്ലാവരും വെളുവെളുത്തും. ഇവളും തങ്ങളിൽ ഒരാളാണ് എന്ന ധാരണ മുത്തശ്ശിയിലും അമ്മയിലും മാത്രമേ തികഞ്ഞു കണ്ടുള്ളൂ.

തറവാടിന്റെ മേന്മയെക്കുറിച്ചുള്ള ധാരണകളിൽ പ്രധാനമായ ഒന്നാണ് വെളുപ്പു നിറം. പക്ഷേ, മുത്തശ്ശി പറഞ്ഞ കടംകഥയിൽ പോലും അമ്മ കറുത്തും മകള് വെളുത്തും എന്ന് മറിച്ചാണ്. ആ കടങ്കഥയുടെ ഉത്തരവും പാറുക്കുട്ടിക്ക് അറിയാം: കറുത്ത വാവ് പെറ്റുണ്ടായ സുവർണ്ണചന്ദ്രക്കല.

പാറുക്കുട്ടിയെ കാണുമ്പോൾ വീട്ടിൽ എല്ലാവരുടെയും മുഖത്ത് അലോസരം കലർന്ന വിരസത പടരും. താൻ അരികിലോ കൂട്ടത്തിലോ ഉണ്ടാകുന്നതിൽ അമ്മയും അച്ഛനും മുത്തശ്ശിയും ഒഴികെ മുതിർന്നവരാരും ഒട്ടും താത്പര്യപ്പെടുന്നില്ല. സ്വന്തം കുട്ടികൾ പാറുക്കുട്ടിയുമായി കൂട്ടുകൂടുന്നതും കളിക്കുന്നതും ഒന്നും പൊതുവെ ആർക്കും ഇഷ്ടമല്ല.

മുത്തശ്ശിക്ക് ഇതിൽ വിഷമമുണ്ട്. മുത്തശ്ശി പലപ്പോഴായി ആരോടെന്നില്ലാതെ ഉരുവിട്ടു: ''ഇതേ വടിവിലും നിറത്തിലും ഒരു വല്യമ്മ ഈ തറവാട്ടിൽ മുമ്പുണ്ടായിരുന്നൂലോ. പേരു തന്നെ കാളി എന്നായിരുന്നു. എന്നിട്ടാണോ...?'' പക്ഷേ, ആ വല്യമ്മയെക്കുറിച്ച് കേൾക്കാനും അധികമാരും ഇഷ്ടപ്പെടുന്നതായി കണ്ടില്ല. അതൊക്കെ എന്തിന് ഇനിയും വിസ്തരിക്കണം എന്ന മുഷിഞ്ഞ മട്ട്.

അമ്മയ്ക്ക് ഇതിൽ വല്ലായ്മയും സങ്കടവും ഉണ്ട്. അതിഥികൾ വരുമ്പോൾ അമ്മ പാറുക്കുട്ടിയെ പിന്നിൽ നിർത്താൻ ശ്രമിച്ചു. ആളുകൾ കൂടുന്നിടത്ത് കൊണ്ടുപോകാൻ മടിച്ചു. മുത്തശ്ശി എത്ര നിർബന്ധിച്ചിട്ടും കഴിഞ്ഞ ഓണക്കാലത്ത് ഈ തറവാട്ടുവീട്ടിലേക്ക് പോലും വന്നില്ല. ഇപ്പോൾ പക്ഷേ, വരാതിരിക്കാൻ വയ്യ. ഒഴിവാക്കാവുന്നതല്ലല്ലോ മൂത്ത വലിയമ്മയുടെ മകളുടെ വിവാഹം.

കൂട്ടുകുടുംബത്തിൽ ഇപ്പോഴുള്ള മറ്റുള്ളവരൊക്കെ വെളുത്തിട്ടാണ്. അതും ഒരു ഓപ്പക്കേടും ഇല്ലാത്ത വെളുപ്പ്. പാറുക്കുട്ടിയുടെ സ്വന്തം ചേച്ചിയും ഒരുവയസ്സായ അനിയനും ഉൾപ്പെടെ.

ഇതെന്തുകൊണ്ട് ഇങ്ങനെ എന്ന തന്റെ സങ്കടകരമായ ചോദ്യം ആ സങ്കടത്തിന്റെ അകമ്പടി കൂടാതെ അന്യരുടെയെല്ലാം മുഖത്ത് പാറുക്കുട്ടി വായിച്ചു. എല്ലാരും അത് ഒളിപ്പിക്കാൻ നോക്കുന്നു എന്നും കണ്ടു.

കളിചിരികളിൽ എന്നല്ല, പാറുക്കുട്ടിയെ ഉറങ്ങാൻപോലും കൂടെ കൂട്ടാൻ മറ്റു കുട്ടികൾക്ക് താത്പര്യം കഷ്ടി. രണ്ടു ദിവസമായി മുത്തശ്ശി ഇടപെടാൻ ശ്രമിക്കുന്നു. ''അന്തല്ല്യായ കാട്ടരുത്, കുട്ട്യോളെ. വെളുത്തിട്ടും കറുത്തിട്ടും തന്ന്യാ മനുഷ്യര്. തൊലീടെ നെറൂം തലേലെ നരേം തൊട്ടാൽ പകരുമ്മറ്റും ഇല്ല.''

കല്യാണ ദിവസം പക്ഷേ, പാറുക്കുട്ടിക്ക് ഓർക്കാപ്പുറത്ത് ഉത്സവമായി. തൊട്ടടുത്ത നഗരത്തിലെ വലിയ കല്യാണമണ്ഡപത്തിൽ ആയിരുന്നു വിവാഹം. അമ്മയും അച്ഛനും ചേച്ചിയും അനിയനും ഉൾപ്പെടെയുള്ള കുടുംബം നന്നേ നേരത്തെ പോയി. പെണ്ണുങ്ങൾക്കും കുട്ടികൾക്കും ഒക്കെയുള്ള ചമയവും പൂ ചൂടലും അവിടെയായിരുന്നു. നടക്കാൻ കാര്യമായി ശേഷിക്കുറവുള്ള കുഞ്ഞമ്മ മുത്തശ്ശിയും ഏതാനും ജോലിക്കാരും മാത്രമേ വീട്ടിൽ ശേഷിച്ചുള്ളൂ. മൂന്നു നിലയുള്ള വലിയ വീട്, പരന്ന തൊടി, രണ്ട് സർപ്പക്കാവുകൾ. പത്തായപ്പുര, ചുറ്റുപാടും വയലിന്റെ പച്ച.

അടുക്കളയിൽ സഹായത്തിന് നിൽക്കുന്ന മാലതിചേച്ചിയെയാണ് അമ്മ പാറുക്കുട്ടിയുടെ ചുമതല ഏൽപ്പിച്ചത്. ആ ചേച്ചി അവരുടെ മകൾ ഏഴു വയസ്സ് കഴിഞ്ഞ മാളുവിനെയും ഏൽപ്പിച്ചു. മാളുവും കറുത്താണ് എന്നതുകൊണ്ടു കൂടിയാവാം, പാറുക്കുട്ടിക്ക് മാളുവിനെ ഇഷ്ടമായി. തിരികേയും.

സ്വന്തം കാറുകളിലും രണ്ട് ബസ്സുകളിലും ആയി മറ്റെല്ലാവരും യാത്രയായപ്പോൾ മുതൽ അതുവരെ മിണ്ടാപ്രാണിയായിരുന്ന മാളുവിന്റെ പ്രകൃതം മാറി. പെട്ടെന്ന് പുതിയ ജീവൻ വീണു. നിരവധി പേരുടെ ഇഷ്ടക്കേട് ഭയന്ന് സ്വയം ചുമത്തിയ കരുതലുകളും നിയന്ത്രണങ്ങളും അനാവശ്യമായല്ലോ. ആരെയും കൂസാതെ വീട്ടിനകത്തോ പുറത്തുതന്നെയോ എവിടെയും പോകാൻ സ്വാതന്ത്ര്യമായി. എന്തും ഉറക്കെ പറയാം, തൊണ്ട എത്ര തുറന്നും പാടാം, ഏതു കളിയും കളിക്കാം, അടുക്കളയിൽ തയ്യാറാവുന്ന എന്തും എടുത്തു കഴിക്കാം. പോകരുതാത്ത ഇടങ്ങൾ അമ്മ പ്രത്യേകം പറഞ്ഞിട്ടുണ്ട്. കുളം, കിണറ്, സർപ്പക്കാവ്, മച്ച്, പടിപ്പുരപ്പുറം....

വീടിന്റെയും കുട്ടികളുടെയും മേൽനോട്ടച്ചുമതല മാളുവിന്റെ അച്ഛൻ വേണുവേട്ടന്. താൽക്കാലിക സർവ്വാധിപത്യം, എത്രയോ കാലമായി വീട്ടിൽനിന്ന് ഒരിക്കലും പുറത്ത് ഇറങ്ങിയിട്ടില്ലാത്ത, കുഞ്ഞമ്മ മുത്തശ്ശിക്കും. പരിചയമില്ലാത്ത ആര് വന്നാലും കുരയ്ക്കാൻ ശൗര്യം കുറവല്ലാത്ത പട്ടിയും അകമ്പടിക്ക് ആ പട്ടിയമ്മയുടെ കുട്ടിത്തം വിട്ടു കഴിഞ്ഞ രണ്ട് ആൺമക്കളും.

അമ്മ പോകുമ്പോൾ പാറുക്കുട്ടിയെ പിരിഞ്ഞു പോകാൻ വിഷമമോ കൂടെ കൊണ്ടുപോകാതിരിക്കുന്നതിൽ എന്തെങ്കിലും പന്തിക്കേടോ കാണിച്ചില്ല. തന്നെ കൂടുതൽ സങ്കടപ്പെടുത്താതിരിക്കാനാണ് എന്ന് പാറുക്കുട്ടിക്ക് അറിയാം. അത് പരിചയമാണ്. കൊണ്ടുപോകണമെന്ന് കരഞ്ഞില്ല.

നീ വരുന്നില്ലേ എന്ന് ചേച്ചിപോലും ചോദിച്ചില്ല. അനിയനെ കുളിപ്പിച്ചപ്പോൾ അമ്മ പാറുക്കുട്ടിയെയും കുളിപ്പിച്ചു, ഉടുപ്പ് മാറ്റി, മുടി ചീകിച്ചു, പ്രാതലും കഴിപ്പിച്ചു.

കല്യാണത്തിന് പോകുന്നവർ പോയത് പല ഗ്രൂപ്പുകൾ ആയാണ്, ഒരുമിച്ച് അല്ല. വലിയ ചുമതലകൾ ഉള്ളവർ വെളുക്കും മുമ്പേ പോയി.

ചമയിക്കാൻ ഉള്ളതുകൊണ്ട് വധുവും കൂട്ടരും അതിന് തൊട്ടു പിന്നാലെ ഇറങ്ങി. ക്ഷണിക്കപ്പെട്ട നാട്ടുകാരായ അതിഥികളെ സ്പെഷ്യൽ ബസ്സുകളിൽ കയറ്റി കൊണ്ടുപോകാകേണ്ടിയിരുന്നു. അതിന് ചുമതലപ്പെട്ടവരാണ് ഏറ്റവും അവസാനം ഇറങ്ങിയത്.

എല്ലാരും പടിയിറങ്ങിയപ്പോൾ മാളുവിന്റെ അച്ഛൻ പടിപ്പുര വാതിൽ കരപരെ എന്ന് അടച്ചു. പിന്നെ മാളുവിനോട് പറഞ്ഞു: ‘‘പാറുട്ടിയെ പിരിയരുത്, അപകടം ഒന്നും വരാത്ത കളിയേ കളിക്കാവൂ.’’

സ്ഥിരമായി മൂടിക്കെട്ടി നിന്ന ആകാശം പൊടുന്നനെ തെളിഞ്ഞ പോലെ ഒരു ദിവസമായി അത് പാറുക്കുട്ടിക്ക്. തറവാട്ടിൽ കണ്ട മറ്റുള്ളവരെ അപേക്ഷിച്ച് മാളുവുമായി നേരത്തെ ഉണ്ടായിരുന്ന അധിക ചങ്ങാത്തത്തിന് പുതിയ മാനങ്ങൾ കൈവന്നു. ഇരുവരുടെയും മുഖങ്ങളിൽ പുതിയ ചിരി ഊറി. പരസ്പരം വെറുതെ നോക്കിയിരിക്കെ ആ ചിരി പെട്ടെന്ന് വികസിച്ച് പൊട്ടിച്ചിരിയായി. കൈകൾ കോർത്തുപിടിച്ച് അവർ കാഴ്ചകൾ കാണാൻ ഇറങ്ങി. പൂട്ടിയിട്ടില്ലാത്ത എല്ലാ മുറികളിലും കയറി നോക്കി. ഓരോ മുറിയിലും ഓരോ സുഗന്ധം, ഓരോ തരം ഉരുപ്പടികൾ, ക്രമീകരണങ്ങൾ...

ഒന്നും എടുത്തില്ല, തൊട്ടുപോലും നോക്കിയില്ല.

പുറത്തിറങ്ങി തൊടിയിലും സർപ്പക്കാവുകളുടെ പരിസരങ്ങളിലും ഒക്കെ നടന്നു. വാടിവീണ മച്ചിങ്ങകൾ പെറുക്കി. വേലിപ്പടർപ്പിൽ കണ്ട ചന്തമുള്ള പൂക്കൾ പറിച്ചു. കുളത്തിലെ പരൽമീനുകളെ കണ്ടു, ആമ്പൽപ്പൂ അറുക്കാൻ പക്ഷേ കഴിഞ്ഞില്ല.

നീന്താൻ അറിയാമോ എന്ന ചോദ്യത്തിന് മറുപടി തൃപ്തികരമല്ലാത്തതുകൊണ്ട് മാളു സമ്മതിച്ചില്ല.

പാറുക്കുട്ടിയുടെ ചേച്ചിക്ക് നീന്താൻ അറിയാം. മൂന്നു വയസ്സിൽ തുടങ്ങിയതാണ് ചേച്ചിയുടെ സ്കൂൾ പഠിത്തം. ഇപ്പോൾ മൂന്നാം ക്ലാസിലായി. ആദ്യത്തെ സ്കൂളിൽ തന്നെ നീന്തൽ കുളം ഉണ്ടായിരുന്നു, നീന്തൽ ടീച്ചറും. ആ സ്കൂളിൽ പാറുക്കുട്ടിയെ ചേർത്തില്ല

എന്നല്ല അച്ഛനും അമ്മയും അവിടേക്ക് പോകുമ്പോൾ ഒരിക്കലും കൊണ്ടുപോയും ഇല്ല. 'വെറുതെ എന്തിനാ ആളുകളെക്കൊണ്ട് പറയിപ്പിക്കുന്നത്' എന്ന് അച്ഛന്റെ ന്യായീകരണം.

പാറുക്കുട്ടിയെ ഒരു സ്കൂളിലും അയച്ചില്ല. പകരം ഒരു അധ്യാപിക വീട്ടിൽ വന്ന് രാവിലെ ഒമ്പതു മുതൽ വൈകീട്ട് നാലു വരെ കൂടെ നിന്ന് അക്ഷരവും മറ്റും മാത്രമല്ല ഭക്ഷണരീതിയും പെരുമാറ്റ ക്രമവും ശരിയായ ഉച്ചാരണ രീതിയിൽ ഇംഗ്ലീഷ് വരെയും പഠിപ്പിച്ചു.

മനുഷ്യപ്പറ്റുള്ള ഒരു അധ്യാപിക. ആദരവും അടുപ്പവും ഒരുമിച്ച് തോന്നിക്കുന്ന പ്രകൃതം. ഒരിക്കലും ശിക്ഷിച്ചില്ല.

പക്ഷേ, അവരെ പിരിയേണ്ട സമയമായി എന്ന് ഈയിടെ അമ്മ പറഞ്ഞു. തറവാട്ടു വീട്ടിലേക്ക് പോരുന്ന കാര്യം അച്ഛനുമായി ചർച്ച ചെയ്യുമ്പോൾ 'കുട്ടിയുടെ പഠിത്തം...' എന്ന് തുടങ്ങിവെച്ച അച്ഛനോട് അമ്മ ചോദിച്ചു.

ദൂരെയുള്ള ഏതോ സുഖവാസകേന്ദ്രത്തിലെ സ്കൂളിലേക്ക് അയയ്ക്കാൻ പോവുകയാണ് തന്നെ എന്ന് അപ്പോഴാണ് പാറുക്കുട്ടിക്ക് മനസ്സിലായത്. അവിടെ താമസിച്ചു വേണം പഠിക്കാൻ. അമ്മ കൊണ്ടുപോയി ചേർക്കും. അച്ഛൻ കൂടെ വരില്ല. മുതിർന്ന വക്കീലായ അച്ഛന് ഒന്നിനും സമയമില്ല.

തറവാട്ടു വീട്ടിൽ അമ്മയ്ക്ക് തന്റെ തൊട്ടുമുകളിലുള്ള ചേച്ചിയോടാണ് ഏറ്റവും കൂടുതൽ അടുപ്പം. ആ വലിയമ്മയ്ക്ക് പാറുക്കുട്ടിയെയും ഇഷ്ടമാണ്. ''ഇവൾ അങ്ങ് വലുതായിപ്പോയല്ലോടീ'' എന്ന് അണച്ചു, പിടിക്കും എപ്പോൾ കണ്ടാലും.

അമ്മ തന്റെ എല്ലാ കാര്യവും തുറന്നു പറയുന്നത് ഈ ചേച്ചിയോടാണ്.

അമ്മ സ്വരം താഴ്ത്തി: ''ആലോചിക്കുമ്പോൾ ഒരു എത്തും പിടീം കിട്ട്ണ്ല്ല്യ.''

''അതൊന്നും സാരല്ല്യ,'' വലിയമ്മ അമ്മയുടെ കൈകൾ വാരിയെടുത്തു, ''ഇവൾക്കായിട്ടും ഈ ഭൂമീല് ഒരാള് പെറന്നിട്ട്ണ്ടാവും... ഇനിയിപ്പോ ഇല്ലെങ്കിലും ഇനിയുള്ള കാലത്ത് പ്രൊഫഷണലിസം അല്ലേ പ്രധാനം.''

''ചേച്ചിക്ക് അത് പറയാം. രണ്ട് ആങ്കുട്ട്യോളാണലോ.''

''ഒന്ന് പതുക്കെ പറയ്. അവളെ കേപ്പിക്കണ്ട.''

നെടുവീർപ്പിൽ ഉലയുന്ന അമ്മയെ ആശ്വസിപ്പിക്കാൻ കൂടിയായി

വലിയമ്മ നിർദേശിച്ചു, ''ഏതായാലും പഠിപ്പ് കഷ്ടി ആക്കണ്ട. ഇനി വീട്ടിലിരുത്തിയുള്ള ട്യൂഷൻ മതിയാവില്ല.''

അപ്പോഴാണ് അമ്മ ദൂരെയുള്ള സ്കൂളിന്റെ കാര്യം വിസ്തരിച്ചു പറഞ്ഞ് വീണ്ടും നെടുതായി നിശ്വസിച്ചത്: ''ശ്ശി ദൂരെയാണ്.''

എങ്ങാണ്ടൊക്കെ കറങ്ങിത്തിരിഞ്ഞ് കുളക്കരയിലേക്ക് വന്നത് കുളക്കോഴി ശബ്ദിക്കുന്നത് കേട്ടാണ്. ആദ്യമായി കേൾക്കുകയായിരുന്നു പാറുക്കുട്ടി ആ ശബ്ദം. ശബ്ദങ്ങളോട് പ്രത്യേക താത്പര്യവും സാധാരണയിലേറെ കേൾവിശേഷിയും ഉണ്ട് പാറുക്കുട്ടിക്ക്.

എന്തോ ഒരു ഉൾപ്രേരണയാൽ പാറുക്കുട്ടി ആ ശബ്ദം അതേപടി പുറപ്പെടുവിച്ചു. അതു കേട്ട അമ്പരപ്പിൽനിന്ന് ഉണർന്ന മാളു അടുത്ത നിമിഷത്തിൽ കേട്ടത് കുളക്കോഴി പാറുക്കുട്ടിക്ക് 'മറുപടി' എന്നോണം ആ ശബ്ദം ആവർത്തിക്കുന്നതാണ്. പിന്നെ കണ്ടതോ കുളക്കോഴിയമ്മ, ഓരോ കാൽവെപ്പിലും ആ വിളി ആവർത്തിച്ചുകൊണ്ട്, പാറുക്കുട്ടിയുടെ അരികിലേക്ക് വളരെ താല്പര്യത്തോടെ നടന്നു വരുന്നതും.

2

വിളിയും തിരികെ വിളിയും ആയി പാറുക്കുട്ടിയും കുളക്കോഴിയും ഒരുമിച്ചാണ് വീട്ടിലേക്ക് നടന്നു തുടങ്ങിയത്, ഒപ്പം മാളുവും.

പട്ടിയും മക്കളും ആക്രമിക്കും എന്ന് തോന്നുന്നതുവരെ കുളക്കോഴി പിന്നാലെ നടന്നു. ആപത്തുണ്ടെന്ന് കണ്ട് അത് അവസാനം കുളത്തിലേക്ക് ഓടിയും പറന്നും തിരികെ പോയി.

ഈ സംഭവം പാറുക്കുട്ടിയെ തന്നെ അത്ഭുതപ്പെടുത്തി. തനിക്ക് ശബ്ദങ്ങൾ ഇങ്ങനെ ആവർത്തിക്കാൻ കഴിയും എന്ന് കരുതിയിരുന്നേയില്ല. അതിലേറെ വലുതായിരുന്നു മാളുവിന്റെ അത്ഭുതം.

അടുത്ത നിമിഷത്തിൽ അത്ഭുതത്തിന് പിന്നെയും മാറ്റ് കൂടി. മൂന്ന് പട്ടികളുടെയും ഒരുമിച്ചുള്ള കുര പാറുക്കുട്ടി അതുപോലെ അനുകരിച്ചു. ഇതും ആരും ഒട്ടും പ്രതീക്ഷിക്കാതെ ആയിരുന്നു. ആ പട്ടികൾ പോലും അന്തിച്ചു പോയി. പിന്നെ അവ സ്നേഹസ്വരങ്ങൾ പുറപ്പെടുവിച്ചുകൊണ്ട് അവളെ വട്ടമിട്ടു.

കോലാഹലം കേട്ട് പുറത്തു വന്ന മാളുവിന്റെ അച്ഛൻ ഈ രംഗം കണ്ട് അന്തിച്ചു നിന്നു. എന്താ ഇവിടെ എന്ന് അന്വേഷിച്ച് എത്തിയ മാളുവിന്റെ അമ്മയുടെ ശബ്ദവും അതേപടി പാറുക്കുട്ടി ഏറ്റു പറഞ്ഞു.

പതിവില്ലാത്ത പടി സന്തോഷവതിയായാണ് പാറുക്കുട്ടി ഈ മിമിക്രി ഒക്കെ നടത്തിയത്. മറ്റുള്ളവർ അത്ഭുതപ്പെട്ട് വാ പൊളിച്ച് നിൽക്കെ പാറുക്കുട്ടി പൊട്ടിപ്പൊട്ടി ചിരിക്കാനും തുടങ്ങി. അതും ഒരു അത്ഭുതമായിരുന്നു. പാറുക്കുട്ടി ഇങ്ങനെ ചിരിക്കുന്നത് ഇതു വരെ ആരും കണ്ടിട്ടോ കേട്ടിട്ടോ ഇല്ല. പാറുക്കുട്ടി പോലും. അഞ്ജന ക്കറുപ്പുറ്റ മുഖത്ത് മുല്ലമൊട്ടു പല്ലുകളുടെ കലവറ മുഴുവൻ വെളി പ്പെടുത്തി ചന്തമാർന്ന ചിരി.

അവിടംകൊണ്ടും അവസാനിച്ചില്ല വിസ്മയപരമ്പര. അപ്പുറത്ത് അഴയിൽ നീട്ടി നിവർത്തി ഉണങ്ങാൻ ഇട്ടിരുന്ന തനി നീലനിറമുള്ള സാരി ഇതിനിടെ പാറുക്കുട്ടി കണ്ടു. ഉടനെ ഓടിച്ചെന്ന് അതിന്റെ ഞാന്നുകിടക്കുന്ന ഭാഗം തന്റെ ദേഹത്ത് ചുറ്റിപ്പിടിച്ചു. അതോടെ സന്തോഷച്ചിരി നിയന്ത്രണാതീതവുമായി.

മിമിക്രി ആസ്വദിച്ച് ചിരിക്കാൻ തുടങ്ങിയവർക്കോ, പാറുക്കുട്ടി യുടെ സ്വഭാവത്തിലെ അസാധാരണമാറ്റങ്ങൾ കണ്ട് തങ്ങളുടെ ചിരി ക്രമേണ നഷ്ടപ്പെട്ടു. എല്ലാരും കണ്ടു നിൽക്കെ പാറുക്കുട്ടി ചിരിച്ചു ചിരിച്ചു ശ്വാസം മുട്ടി തളർന്നു വീണു ചലനമറ്റു.

അതിനകം വീട്ടിലെ എല്ലാ ജോലിക്കാരും ഒട്ടും നടക്കാൻ വയ്യാത്ത മുത്തശ്ശിപോലും, പൂമുഖത്ത് എത്തി. തൊണ്ടകളിൽ ആർത്തനാദം കുരുത്തു. എല്ലാവരും കൂടി പാറുക്കുട്ടിയുടെ മുഖത്ത് തണുത്ത വെള്ളം തളിച്ച് വീശി.

ഭാഗ്യം എന്ന് പറയാം, കുറച്ച് സമയത്തിനകം ബോധക്ഷയം നീങ്ങി. പക്ഷേ, അത് നീങ്ങിപ്പോകുന്ന മുറയ്ക്ക് ദേഹം നീലനിറ മാകാൻ തുടങ്ങി. നെറ്റിയിൽനിന്നും ചെവികളിൽനിന്നുമാണ് നിറ മാറ്റം തുടങ്ങിയത്. ഏതാനും മിനിറ്റുകൾ കൊണ്ട് ദേഹമാസകലം ഒരുപോലെ നീല നിറം വ്യാപിച്ചു. വേറെ ഒരു അസുഖത്തിന്റെയും ലക്ഷണം ഇല്ലായിരുന്നുവെങ്കിലും ഇത് വല്ലാത്തൊരു കാഴ്ചയായി.

മാളുവിന്റെ അച്ഛനാണ് തീരുമാനങ്ങൾ എടുത്തത്: കല്യാണ ത്തിന് പോയവരെ പെട്ടെന്ന് പരിഭ്രമിപ്പിക്കാതിരിക്കുകയാണ് നല്ലത്. പക്ഷേ, കുട്ടിയെ ഉടനെ ഡോക്ടറെ കാണിക്കാതെ വയ്യ. ഹോസ്പിറ്റ ലിൽ എത്തിയിട്ട് ബാക്കിയൊക്കെ നിശ്ചയിക്കാം എന്ന് പറഞ്ഞ് ഉടനെ പുറപ്പെട്ടു.

വിവാഹ ആഘോഷം നടക്കുന്ന പട്ടണത്തിൽ തന്നെയാണ് ആസ്പത്രി. പാറുക്കുട്ടിയുടെ ഒരു അമ്മാവൻ ഡോക്ടറാണ്. അദ്ദേ ഹത്തിന്റെ ഉടമസ്ഥതയിലുള്ളതാണ് അത്.

മാളുവിന്റെ അച്ഛൻ അവിടെ സുപരിചിതനാണ്. അതിനാൽ അത്യാ ഹിത വിഭാഗത്തിൽ ചെന്ന പടി പെട്ടെന്ന് പ്രാഥമിക കാര്യങ്ങൾ

നോക്കി ജനറൽ മെഡിസിൻ വിദഗ്ധന്റെ അരികിലെത്തിക്കാൻ സാധിച്ചു.

രക്തപ്രവാഹത്തിലെ ബുദ്ധിമുട്ടുകൊണ്ടാണ് കുട്ടികളിൽ ഇങ്ങനെ ചിലപ്പോൾ നിറംമാറ്റം വരാറ് എന്നും പക്ഷേ, ആ തരത്തിലുള്ള ഒരു വിഷമവും കാണുന്നില്ലെന്നും ഡോക്ടർ വിധിച്ചു.

അങ്ങനെ, കാര്യമായ അസുഖം ഒന്നുമില്ല എന്ന് ഉറപ്പായതിനു ശേഷമാണ്, പാറുക്കുട്ടിയുടെ അച്ഛനമ്മമാരെ അറിയിച്ചത്. അവർ, ഡോക്ടറായ വലിയമ്മാമനേയും കൂട്ടി, കല്യാണമണ്ഡപത്തിൽനിന്ന് ഉടനെ ഇറങ്ങി.

വിവാഹച്ചടങ്ങ് കഴിഞ്ഞ് സദ്യ തുടങ്ങിയിരുന്നു. വധുവിന്റെ വീട്ടുകാർ ഏറ്റവും അവസാനമാണല്ലോ ഭക്ഷണം കഴിക്കാറ്. അതുകൊണ്ട് അവരിൽ ഏതാനും പേരുടെ അസാന്നിധ്യം അത്ര വലിയ കാര്യമായില്ല.

പാറുക്കുട്ടിയുടെ ശരീരത്തിന്റെ നിറംമാറ്റം അപ്പോഴും അതേപടി നിലനിന്നു. അതിനൊരു വിശദീകരണം നൽകാൻ ചർമ്മരോഗ വിദഗ്ധനും കഴിഞ്ഞില്ല. ആർക്കും കേട്ടുകേൾവിയില്ലാത്തതായിരുന്നു അങ്ങനെയൊന്ന്. കേട്ടുനിൽക്കുന്നവർക്ക് താൻ പറഞ്ഞത് വിശ്വാസമായില്ല എന്ന് അവരുടെ മുഖഭാവംകൊണ്ട് അറിഞ്ഞ് ആ ഡോക്ടർ അത് വിശദീകരിക്കാനും ശ്രമിച്ചു:

''തൊലിയുടെ ഉപരിതലം പ്രതിഫലിപ്പിക്കുന്ന വെളിച്ചത്തിന്റെ സ്വഭാവമാണ് ദേഹത്തിന്റെ നിറം നിശ്ചയിക്കുന്നത്. ഒരു തരം വെളിച്ചവും പ്രതിഫലിപ്പിക്കുന്നില്ല എങ്കിൽ കറുപ്പ്. അല്ലെങ്കിൽ, ഏതു നിറമാണോ പ്രതിഫലിപ്പിക്കുന്നത് ആ നിറമോ അതുമല്ലെങ്കിൽ പ്രതിഫലിപ്പിക്കുന്ന എല്ലാ നിറങ്ങളുടെയും കൂട്ടായ്മയോ ഏതാണെങ്കിൽ അത്. പ്രകൃതിയിൽ ഇത് സാധാരണ കാണാറ് ഓന്തുകളിലാണ്. ഇരിക്കുന്ന ചുറ്റുപാടുകളിൽനിന്ന് അതിനെ വേർതിരിച്ച് അറിയാൻ വയ്യാത്ത നിറം ഓന്തിന്റെ ശരീരത്തിന് കിട്ടുന്നു. ഈ കാര്യം ഒരു അത്ഭുതമാണ്. പക്ഷേ അത്ര അത്യപൂർവ്വം ഒന്നുമല്ല. പല ജീവികൾക്കും ഈ കഴിവുണ്ട്. മനുഷ്യരിൽ കാണാറില്ല എന്നേയുള്ളൂ.''

ഏതായാലും വിഷമാവസ്ഥ ഒന്നുമില്ല എന്ന് തീർച്ചയായപ്പോൾ എല്ലാവർക്കും ആശ്വാസമായി.

പാറുക്കുട്ടിയുടെ അച്ഛനും രണ്ട് അമ്മാവന്മാരും തിരിച്ച് കല്യാണമണ്ഡപത്തിലേക്ക് ചെല്ലട്ടെ എന്ന് പൊതുതീരുമാനമായി. അവിടെയുള്ള ബന്ധുക്കൾ എല്ലാരുംകൂടി ആശുപത്രിയിലേക്ക് അന്വേഷിച്ചു

വരേണ്ടല്ലോ. ഡോക്ടറമ്മാവനും അമ്മയും പാറുക്കുട്ടിയെയും കൊണ്ട് വീട്ടിലേക്ക് പോന്നു.

കാറിൽ ഇരിക്കെ അമ്മ ഇടയ്ക്കിടെ പാറുക്കുട്ടിയെ നോക്കി അത്ഭുതം കൂറി, ഒപ്പം കണ്ണുകൾ തുടച്ചു. ഈ ഇരിക്കുന്നത് തന്റെ കുട്ടി തന്നെയോ. ഇതുവരെ കറുപ്പ് എന്ന ഒരു ബുദ്ധിമുട്ടേ ഉണ്ടായിരുന്നുള്ളൂ. ഇപ്പോൾ ഇതാ, തന്റെ മകൾ ഒരു അത്ഭുതക്കാഴ്ചയായിരിക്കുന്നു.

സ്വന്തം കൈകാലുകളും ഉടുപ്പിന് വെളിയിലുള്ള മറ്റു ഭാഗങ്ങളും പാറുക്കുട്ടിയും കാണുന്നുണ്ടായിരുന്നു. പക്ഷേ, അവളിൽ അല്പം ക്ഷീണമല്ലാതെ ഒരു ഭാവഭേദവും ഉണ്ടായില്ല.

മാത്രമല്ല, മറ്റൊരു അത്ഭുതം കൂടി പതുക്കെപ്പതുക്കെ സംഭവിക്കുന്നുണ്ടായിരുന്നു: കണ്ടിരിക്കെ പാറുക്കുട്ടിയുടെ ശരീരത്തിന്റെ കറുപ്പ് തിരികെ വരുന്നത് അമ്മ കണ്ടു. അതോടെ മനസ്സിന്റെ പിരിമുറുക്കം അയഞ്ഞു.

കല്യാണ പാർട്ടി ആളും ബഹളവുമായി വീട്ടിൽ തിരിച്ചെത്തിയതിനകം പാറുക്കുട്ടിയുടെ നിറം പഴയ പടി ആയി. കുട്ടിയുടെ വിവശതയും അങ്കലാപ്പും മാറിക്കിട്ടുകയും ചെയ്തു. വീട്ടിലെത്തിയ ഓരോരുത്തരും ആദ്യം വന്നത് അവളെ കാണാനാണ് എന്നതായിരുന്നു വിശേഷത. നവവധുവും വരനും പോലും അന്വേഷിച്ചു വന്നു. പിന്നെ വൈകാതെ സൽക്കാരവും പാട്ടുകച്ചേരിയും കളിചിരിയും പൊടിപാറിയതുകൊണ്ട് പാറുക്കുട്ടി തീർത്തും സ്വതന്ത്രയുമായി. എന്നിട്ടും പരിചയമുള്ളവരും ഇല്ലാത്തവരും ആയ പല അമ്മമാരും വല്യമ്മമാരും ചേച്ചിമാരും തന്റെ അരികിലൂടെ പോകുമ്പോൾ തൊടാതിരിക്കാൻ ശ്രമിക്കുന്നത് പാറുക്കുട്ടി അറിഞ്ഞു.

മാളുവുമായി ഉണ്ടായിക്കിട്ടിയ അടുപ്പക്കൂടുതൽ അപ്പോഴും പാറുക്കുട്ടിക്ക് തുണയായി. കുറച്ചു മാറിയിരുന്ന് രസിക്കാൻ അവർ ഒരു വിനോദം കണ്ടുപിടിക്കുകയും ചെയ്തു. മാളുവിന്റെ പ്രോത്സാഹനം കൊണ്ട് പാറുക്കുട്ടി പരിശ്രമിച്ച് വിജയിച്ചു എന്ന് പറയുന്നതാവും കൂടുതൽ ശരി. അവിടെ കേൾക്കുന്ന പെൺശബ്ദങ്ങളിലെ നാട്ടുഭേദങ്ങൾ പാറുക്കുട്ടി അനുകരിച്ചു. മാളു പ്രോത്സാഹിപ്പിച്ചു. അങ്ങനെയൊരു കലാപരിപാടി അവിടെ രഹസ്യമായി നടക്കുന്നതറിഞ്ഞ് രണ്ടുമൂന്ന് അമ്മായിമാർ അടുത്തു കൂടി. നവവരന്റെ അമേരിക്കൻ ചുവയുള്ള ഇംഗ്ലീഷ് പോലും അതേപടി വന്നു.

ഉച്ചനേരത്ത് ഉണ്ടായ ആശങ്ക അത്താഴമായപ്പോഴേക്കും കൂട്ടച്ചിരി. നിറം മാറ്റത്തിന്റെ ഓർമ്മയുടെ വിഷമം അച്ഛനും അമ്മയും

മാത്രമാണ് മറക്കാതിരുന്നത്. വലിയ മുത്തശ്ശിയുടെ വാക്കുകൾ അവരുടെ പോലും മനം കുളിർപ്പിച്ചു: ''എല്ലാരും കണ്ടോളിൻ! വൈകാതെ എന്റെ കുട്ടി പത്തരമാറ്റാവും.''

വെല്ലൂരിൽ പോയി കാര്യമായ പരിശോധന നടത്താൻ തീരുമാനമായത് പക്ഷേ, പാറുക്കുട്ടി അപ്പോൾ അറിഞ്ഞില്ല. അച്ഛൻ അവസാന വാക്ക് പറഞ്ഞു കഴിഞ്ഞിരുന്നു: ''സ്കൂളിൽ ചേർക്കാൻ കൊണ്ടുപോകണമല്ലോ, ആ വഴി അതുകൂടി ചെയ്യാം.''

3

നിറയെ പൂച്ചെടികളും പൂമരങ്ങളും ഉള്ള, തൂവെള്ള ചായം പൂശിയ, സ്കൂൾ പാറുക്കുട്ടിക്ക് ഇഷ്ടമായി. അച്ഛനും അമ്മയും ചേച്ചിയും അനിയനും എല്ലാരും കൂടിയാണ് സ്കൂളിലേക്ക് പോയത്. നന്നേ രാവിലെ പുറപ്പെട്ടിട്ടും ഉച്ചയായി അവിടെ എത്താൻ.

തന്നെ തനിച്ച് നിർത്തി തിരികെ പോകും മറ്റുള്ളവർ എന്ന് പാറുക്കുട്ടിക്ക് അറിയാമായിരുന്നു. ഒരാഴ്ചയോളമായി അമ്മ ഇതിന് പാറുക്കുട്ടിയെ ഒരുക്കുകയായിരുന്നു. തന്റെ കാര്യങ്ങൾ കഴിയാവുന്നത്ര സ്വയം ചെയ്യാൻ ശീലിപ്പിക്കൽ. താൻ വേറെ ഒരു തരം ആളാണെന്ന ബോധം ഓർമ്മവച്ച നാൾ മുതൽ ഉള്ളതുകൊണ്ട് പാറുക്കുട്ടി ഇത് ആരും പറയാതെ തന്നെ പണ്ടേ തുടങ്ങിയതാണ് ശീലിക്കാൻ. ആരും കാണാതെയേ കരയാറും ഉള്ളൂ.

തമ്മിൽ പിരിയാൻ പോവുകയാണെന്ന് അനിയന് അറിവില്ല. അവന് ഒരു വിഷമവും കണ്ടില്ല. ചേച്ചിക്ക് മമതയൊന്നും നേരത്തെ തന്നെ ഇല്ല. അതിനാൽ, ഒരു വേർപാടും ഒട്ടും അലോസരമേ അല്ല. പാറുക്കുട്ടിക്കും ഏറ്റവും കുറവു വിഷമം ചേച്ചിയെ പിരിയാനായിരുന്നു.

ഏറ്റവും വലിയ നൊമ്പരമായത് അമ്മയെ പിരിയേണ്ടി വരും എന്ന ചിന്ത. പാറുക്കുട്ടിയുടെ കൂടെ കൂടുതൽ സമയം ചെലവഴിക്കാൻ കുറച്ചിടയായി അമ്മ ശ്രദ്ധിക്കുന്നു. ഇഷ്ടമുള്ള വിഭവങ്ങൾ ഉണ്ടാക്കി കൊടുക്കാനും മനസ്സിരുത്തിക്കൊണ്ടിരുന്നു. വീട്ടിൽ ആരും പാറുക്കുട്ടിയോട് മറുത്ത് ഒരു വാക്കുപോലും പറയാതിരിക്കാൻ അമ്മ മുൻകരുതലും എടുത്തു. ഇതുകൂടിയായപ്പോൾ അമ്മയെ പിരിയാനുള്ള പാറുക്കുട്ടിയുടെ നൊമ്പരം പെരുകി.

കുട്ടികൾ തനിച്ച് കിടന്നുറങ്ങാൻ ശീലിക്കണം എന്ന അച്ഛന്റെ നിർബന്ധം കാരണം പാറുക്കുട്ടി മൂന്നു വയസ്സു കഴിഞ്ഞപ്പോഴേ തനിച്ചായിരുന്നു കിടപ്പ്. ഇപ്പോൾ അമ്മ പാറുക്കുട്ടിയുടെ കൂടെയാക്കി

ഉറക്കം. മാത്രമല്ല, അമ്മ ഏറെനേരം ഉറങ്ങാതെ കിടക്കുന്നത്, കനത്ത നിശ്വാസങ്ങൾ അടക്കി പിടിക്കുന്നതും പാറുക്കുട്ടി അറിഞ്ഞു.

എല്ലാരും കൂടി സ്കൂളിലേക്ക് പുറപ്പെടുന്നതിന്റെ തലേന്നാൾ രാവിലെ അമ്മ പാറുക്കുട്ടിയോട് തുറന്നു ചോദിക്കുക തന്നെ ചെയ്തു: ''തനിച്ചു നിന്നോളില്ലേ നീ അവടെ?''

ഇതു കേട്ട് അച്ഛൻ സ്വരം കടുപ്പിച്ചാണ് അന്വേഷിച്ചത്: ''അതെന്തൊരു ചോദ്യം? കൂടാതെ കഴിയില്ല എന്നിരിക്കെ...''

''എന്നാലും...'' അമ്മ തുടർന്നു.

''ഒരു എന്നാലും വേണ്ട,'' അച്ഛൻ വിധിച്ചു, ''എപ്പോഴായാലും സ്വന്തം കാലിൽ നിൽക്കേണ്ടവരല്ലേ കുട്ടികൾ?''

അമ്മ അച്ഛനോട് തർക്കിക്കാറില്ല. തർക്കിച്ചു ജയിക്കാൻ കഴിയില്ല. കാരണം, അച്ഛന്റെ ഇത്തരം എല്ലാ വിധികൾക്കും ന്യായത്തിന്റെ മതിയായ പിൻബലം ഉണ്ടാവും. തൊഴിലിന്റെ ഭാഗമായി കിട്ടിയതാണോ, അതോ ഈ ഒരു ശീലം ചൊട്ടയിലേ ഉള്ളതുകൊണ്ട് ഈ തൊഴിൽ തിരഞ്ഞെടുത്തതോ എന്ന് അമ്മ പിറുപിറുക്കാറുണ്ട്.

അച്ഛനും അമ്മയും ശരിയായി അറിയാത്ത പ്രധാന കാര്യം പാറുക്കുട്ടിയുടെ സങ്കടത്തിന്റെ ആഴമാണ്. താൻ നിറംകൊണ്ട് ഒറ്റപ്പെട്ട ഒരാളാണ് എന്ന തിരിച്ചറിവോടെ മുളച്ചതാണ് ഇത്. പഠിക്കാനും മോശം. പാറുക്കുട്ടിയെ പഠിപ്പിക്കാൻ മാത്രമായി നിയമിക്കപ്പെട്ട ടീച്ചർ തന്റെ ജോലിഭാരം വിശദീകരിക്കുന്നത് കുട്ടിക്ക് പഠിക്കാനുള്ള കഴിവുകേട് വിവരിച്ചുകൊണ്ടാണ്.

വലിയ വട്ടക്കണ്ണുകളിലേക്ക് പടരാത്ത ഒരു വിളർത്ത ചിരിയായിരുന്നു എന്ത് കാര്യത്തിനും പാറുക്കുട്ടിയുടെ സ്ഥിരം പ്രതികരണം. ഇപ്പോൾ അമ്മയുടെ അധിക പ്രയാസങ്ങൾ കാണുമ്പോഴും അത്രയേ ഉണ്ടായുള്ളൂ. അമ്മയെ പിരിയുന്നതിൽ തോന്നിയ അധിക വിഷമവും പാറുക്കുട്ടി അതിൽ ഒതുക്കി ഒളിപ്പിച്ചു.

സ്കൂളിൽ പുതുതായി ചേരാൻ വേറെയും കുട്ടികൾ വന്നിരുന്നു. അവരിൽ എല്ലാ നിറക്കാരും ഉണ്ടായിരുന്നു എന്ന് പാറുക്കുട്ടി കണ്ടു. മിക്കവരുടെയും കണ്ണ് നിറഞ്ഞാണ് ഇരുന്നത്.

ചെലവേറിയ സ്കൂളാണ്. ആദ്യത്തെ ഒരു വർഷക്കാലത്തേക്ക് ഓരോ കുട്ടിക്കും ഓരോ മുറി. ആ മുറിയിൽ കൂടെ കഴിയാൻ ഓരോ ട്യൂട്ടർ. ആദ്യവർഷം കഴിഞ്ഞാൽ ഡോർമിറ്ററിയിലേക്ക് മാറും. ട്യൂട്ടർമാർ എല്ലാരും കന്യാസ്ത്രീകളാണ്. ഒന്നുകിൽ അധ്യാപികമാർ, അല്ലെങ്കിൽ മഠം വക കരകൗശല വ്യവസായങ്ങളിൽകൂടി

പണിയെടുക്കുന്നവർ. എല്ലാവരും കുട്ടികളുമായി ഇടപഴകാനുള്ള പ്രാഥമിക പരിശീലനം കിട്ടിയവർ.

പാറുക്കുട്ടിയുടെ കൂട്ടുകാരിയായി നേരത്തെ തീരുമാനിക്കപ്പെട്ട സിസ്റ്റർ ലീനയെ പ്രിൻസിപ്പാളുടെ മുറിയിൽ വച്ചുതന്നെ പരിചയമായി. ചിരിക്കാൻ മാത്രം അറിയാവുന്ന മുഖമുള്ള നീണ്ടുമെലിഞ്ഞ ഇരുനിറക്കാരി. ആ ചിരി ആർക്കുവേണ്ടിയും എടുത്തണിയുന്നതല്ല. വെറുതെയിരിക്കുമ്പോഴും ചിരിക്കുന്നു.

പ്രവേശനച്ചടങ്ങുകൾ കഴിഞ്ഞു സിസ്റ്ററുടെ കൂടെ എല്ലാവരും പാറുക്കുട്ടിയുടെ മുറിയിലേക്ക് പോയി. അവിടത്തെ ക്രമീകരണങ്ങൾ പാറുക്കുട്ടിയെ പറഞ്ഞു മനസ്സിലാക്കിയതിൽപ്പിന്നെ സിസ്റ്റർ എല്ലാരേയും ഡൈനിങ് ഹാളിലേക്ക് കൊണ്ടുപോയി.

ഉച്ച കഴിഞ്ഞ് ഉറ്റവരെല്ലാം മടങ്ങുമ്പോൾ മാത്രമാണ് പാറുക്കുട്ടിയുടെ കണ്ണു നിറഞ്ഞത്. കാർ നീങ്ങി ഗേറ്റ് കടക്കെ ആയിരുന്നു ഇത്. സിസ്റ്റർ ലീന ചേർത്തുപിടിച്ച് കണ്ണുകൾ തുടച്ചു കൊടുത്തു. അപ്പോൾ മുതൽ ഇവിടെ വീട്ടിൽ കിട്ടുന്നതിലേറെ ശ്രദ്ധ തനിക്ക് കിട്ടുന്നു എന്ന് പാറുക്കുട്ടിക്ക് തോന്നി. സിസ്റ്റർ ലീനയുമായി ഉണ്ടാകാനിരുന്ന അടിയുറച്ച ചങ്ങാത്തത്തിന്റെ തുടക്കമായിരുന്നു അത്.

4

പിറ്റേന്ന് തന്നെ സിസ്റ്റർ ലീന സ്കൂളിലെ ക്ലിനിക്കിലേക്ക് നയിച്ചു. അവിടെ ഡോക്ടർ മദർ ലൂസി വിശദമായി പരിശോധിച്ചു. വീട്ടിലെ കാര്യങ്ങൾ ചോദിച്ചു. പറയാൻ മടിയുണ്ടായിരുന്നു. എങ്കിലും പറഞ്ഞു തുടങ്ങിയപ്പോൾ എല്ലാം പറഞ്ഞു. പറയേണ്ടിയിരുന്നില്ല എന്ന് ഒരിക്കലും തോന്നിയുമില്ല. വേദനിക്കുന്നേടത്ത്, ഒട്ടും അധികം വേദനിപ്പിക്കാതെയും ചെറുതല്ലാത്ത ആശ്വാസം ജനിപ്പിച്ചുകൊണ്ടും ആരോ തലോടുന്നപോലെ ഡോക്ടറമ്മയുടെ അന്വേഷണങ്ങൾ. സിസ്റ്റർ ലീനയുടെ കുളിരുറ്റ ചിരി പ്രോത്സാഹനവും.

ചോദ്യങ്ങൾ കഴിഞ്ഞപ്പോൾ, ഡോക്ടർ അണച്ചു പിടിച്ച് കുറച്ചു നേരം ഒന്നും മിണ്ടാതെ ഇരുന്നു. അപ്പോഴാണ് പാറുക്കുട്ടിയുടെ കണ്ണുകൾ വീണ്ടും നിറഞ്ഞ് തുളുമ്പിയത്.

ആ സുഖമുള്ള ശാന്തതയ്ക്കിടെ മുറിയിൽ സ്വൈരവിഹാരം നടത്തുന്ന കുരുവികൾ പാറുക്കുട്ടിയുടെ ശ്രദ്ധയിൽ പെട്ടു. പെട്ടെന്ന് പുതുതായി ഉണ്ടായ ഒരു ഉണർവോടെ തന്റെ തൊണ്ടയിൽ നിന്നു കൂടി പക്ഷിയുടെ സന്തോഷസ്വരം പുറപ്പെടുന്നത് പാറുക്കുട്ടി

അമ്പരപ്പോടെ അറിഞ്ഞു. കുരുവികളോ, നിമിഷങ്ങൾക്കകം കൂടുതൽ ഉത്സവത്തിമിർപ്പോടെ ശബ്ദിച്ചുകൊണ്ട് പാറുക്കുട്ടിയെ പൊതിഞ്ഞു.

ആരെയും ഉപദ്രവിക്കാത്ത പക്ഷികളാണ് എങ്കിലും എല്ലാരും ആദ്യം ഒന്ന് ഭയന്നു. പക്ഷേ, ഡോക്ടറമ്മയ്ക്ക് പെട്ടെന്നുതന്നെ കാര്യം ശരിയായി മനസ്സിലായി. പാറുക്കുട്ടി കിളിശബ്ദം തുടർന്നും പുറപ്പെടുവിക്കാഞ്ഞതുകൊണ്ടാവാം, അവ ക്രമേണ അകന്നും പോയി.

ജീവികളുടെയോ അല്ലാത്തതോ ആകട്ടെ, ഏതു ശബ്ദവും അതേപടി അനുകരിക്കാൻ പാറുക്കുട്ടിക്ക് കഴിയും എന്ന് സിസ്റ്ററും മദറും മനസ്സിലാക്കി. വാർത്ത വളരെ വേഗം പടരുകയും ചെയ്തു. പാറുക്കുട്ടി പെട്ടെന്ന് ശ്രദ്ധാകേന്ദ്രമായി.

വീട്ടിലാണെങ്കിൽ പാറുക്കുട്ടി അന്വേഷണങ്ങൾ പുറപ്പെടുവിക്കാനുള്ള വാസന അടക്കിപ്പിടിക്കുകയാണ് പതിവ്. കാരണം, ചേച്ചിയും ട്യൂട്ടറും കളിയാക്കുകയും ശാസിക്കുകയും പതിവായിരുന്നു.

ഏറെ വൈകാതെ സ്കൂളിൽ എല്ലാവരെയും ഒരുപോലെ അമ്പരപ്പിച്ച ഒരു കാര്യം കൂടി പാറുക്കുട്ടിയിൽനിന്നുണ്ടായി. എല്ലാരും കണ്ടുനിൽക്കേ കറുകറുത്ത പാറുക്കുട്ടി വെളുത്ത കുട്ടിയായി മാറി.

സ്കൂൾ അങ്കണത്തിൽ രാവിലെ അസംബ്ലിയുടെ സമയത്ത് ആയിരുന്നു ഇത്. വെളുവെളുത്ത ഉടുപ്പാണ് സ്കൂൾ യൂണിഫോം. വെളുത്ത സോക്സും വെളുത്ത ഷൂസും.

കോൺവെന്റിലെ മറ്റ് അന്തേവാസികൾക്കും വെളുത്ത ഉടുപ്പ്.

നടുമുറ്റത്തിന് നടുവിലെ വെള്ളച്ചായമടിച്ച പ്ലാറ്റ്ഫോമിൽ വെള്ള കൊടിമരം.

സ്കൂൾ ബാന്റുകാർക്കും വെള്ള യൂണിഫോം. ഡ്രമ്മുകളും വെള്ള.

സ്കൂൾ അങ്കണത്തിന് അതിരിടുന്നത് വെള്ള ബൊഗേയ്ൻ വില്ലകൾ, അവ നിറയെ വെള്ള പൂക്കളും.

മേലെ ശുദ്ധനീല ആകാശം നിറയെ വെള്ളമേഘങ്ങൾ.

പെട്ടെന്ന് ബോധമില്ലാതെ വീണുപോയ പാറുക്കുട്ടിയെ സ്കൂളിലെ ക്ലിനിക്കിൽ എത്തിച്ചതോടെ പരിശോധിച്ച ഡോക്ടറമ്മയാണ് ആ അത്ഭുതം ആദ്യം കണ്ടത്: കുട്ടിയുടെ ദേഹം വെളുത്തു വരുന്നു. ഇറുകിയ ഉടുപ്പുകൾ അഴിച്ചപ്പോൾ അത്ഭുതം പതിന്മടങ്ങായി. കൈകാലുകൾ മാത്രമല്ല, ദേഹം മുഴുക്കെ വെളുത്തു വരുന്നു.

ദേഹത്തിന്റെ നിറം മുൻപൊരിക്കൽ നീലയായി മാറിയ കഥ അച്ഛനമ്മമാർ പറഞ്ഞിരുന്നു. ഇപ്പോൾ ഇതാ, വെളുപ്പ്.

ഏതായാലും ബോധക്ഷയത്തിന് നൽകിയ പ്രാഥമിക ശുശ്രൂഷയുടെ ഫലം കാണാൻ കാക്കാതെ സ്കൂൾ വക ആംബുലൻസിൽ തന്നെ കുട്ടിയെ മെഡിക്കൽ കോളേജ് ആശുപത്രിയിലേക്ക് കൊണ്ടുപോയി. അവിടെ എത്തിയപ്പോഴേക്കും, കുട്ടിയുടെ നിറം കറുപ്പായിരുന്നു എന്നതിന് ഒരു പുള്ളിപ്പാട് തെളിവില്ലാതെ പറ്റേ വെളുത്തുകഴിഞ്ഞിരുന്നു. ബോധം തിരിച്ചു കിട്ടിയിട്ടും വെളുപ്പുനിറം നിലനിൽക്കുകയും ചെയ്തു.

നിറം പകർന്നപ്പോഴുള്ള ഫോട്ടോകൾ എടുത്ത് സൂക്ഷിച്ചു, തൊലിയുടെ സൂക്ഷ്മമായ ശാസ്ത്രീയ പരിശോധന നടത്തി. ബോധക്ഷയത്തിന്റെ കാരണം കണ്ടെത്താൻ നിരീക്ഷണത്തിനായി ആശുപത്രിയിൽ പാർപ്പിച്ചു. വീട്ടിൽ വിവരമറിയിച്ചു.

5

പാറുക്കുട്ടിയുടെ വിശേഷങ്ങൾ വളരെ വേഗം സ്കൂളിൽ അത്ഭുതവാർത്തയായി പരന്നു. പ്രചാരത്തിൽ മുന്നിൽ നിന്നത് ശബ്ദങ്ങൾ അനുകരിക്കാനുള്ള കഴിവാണ്. ജീവജാലങ്ങളുടെ ശബ്ദങ്ങൾ അനുകരിക്കുമ്പോൾ, അവ ആകർഷിക്കപ്പെടുന്നു എന്നത് ഒരു വലിയ പ്രത്യേകതയായി. നിറം മാറുന്നതിനൊപ്പം ബോധക്ഷയവും ഉണ്ടാകുന്നതിനാൽ അതു വല്ല അസുഖത്തിന്റെയും ഭാഗമാണോ എന്ന ശങ്കയുമുണ്ടായി.

അച്ഛനും അമ്മയും അമ്മാവന്മാരും വിവരമറിഞ്ഞ് എത്തി. ‘വെളുത്ത പാറുക്കുട്ടി’യുടെ ചിത്രം എടുത്ത് വെച്ചിരുന്നത് സ്കൂൾ അധികൃതർ അവരെ കാണിച്ചു.

പഠിത്തത്തിലോ ജീവിതത്തിലോ സാരമായ ഒരു കുഴപ്പവും ഈ രണ്ടു കാര്യങ്ങളും വരുത്താതുകൊണ്ട് കുട്ടി പഠിത്തം തുടരട്ടെ എന്നുതന്നെ എല്ലാവരും കൂടി തീരുമാനിച്ചു. അതേസമയം അവളെ എപ്പോഴും നിരീക്ഷിക്കാനും കൂടുതൽ വൈദ്യ പരിശോധനയ്ക്കു വിധേയയാക്കാനും നിശ്ചയിച്ചു.

അച്ഛൻ ഉൾപ്പെടെ വീട്ടിലെ ഭൂരിഭാഗത്തിനും പാറുക്കുട്ടിയോട് ഉണ്ടായിരുന്ന അനാസ്ഥ ഏതായാലും മാറി. കുട്ടികളുടെ കൂട്ടത്തിൽ എല്ലാവരുടെയും മുൻപന്തിയിൽ പാറുക്കുട്ടിയായി. പാറുക്കുട്ടിയോ ഒന്നും സംഭവിച്ചിട്ടില്ല എന്ന പോലെ പഴയ ചിരി തുടർന്നു. പക്ഷേ, അതിൽ വേദനയുടെ അംശം കുറവായി. ആഴത്തിൽനിന്നെത്തിയ ഒരു തിളക്കം അതിന്റെ പിന്നിൽ നാമ്പിടുകയും ചെയ്തു.

മുറിയിലെ മേശപ്പുറത്ത് ലീനച്ചേച്ചി പാറുക്കുട്ടിയുടെ രണ്ട് ചിത്രങ്ങളും ഒരു ഫോൾഡിങ് ഫ്രെയ്മിൽ നിവർത്തു തന്നെ വെച്ചിരുന്നു. കറുത്ത കുട്ടിയും വെളുത്ത കുട്ടിയും. അതിൽ ഏതാണ് താൻ എന്നതിൽ പാറുക്കുട്ടിക്ക് ശങ്ക ഒന്നും വന്നില്ല. കറുപ്പ് തന്നെ. എന്നാൽ അത് ശാശ്വതമല്ല എന്നും വെളുപ്പോ നീലയോ ആകാം എന്നു കൂടി വന്നതുകൊണ്ട് ആ കറുപ്പിന്റെ കട്ടി കുറഞ്ഞു. അതൊരു സങ്കടം അല്ലാതെ ആയി. ഒരു കറുത്ത ഉടുപ്പ് ഇട്ടപോലെ മാത്രം.

ക്ലാസുകൾ തുടങ്ങിയപ്പോൾ, പഠിക്കാനും മിടുക്കി ആണ് എന്ന് തെളിഞ്ഞു. അതിലും പ്രധാനപ്പെട്ട കാര്യം, ആരുടെ ശബ്ദമാണോ കുട്ടി അനുകരിക്കുന്നത് അയാൾ അത് കേട്ടുനിൽക്കുന്നു എങ്കിൽ കുട്ടിയോട് അതിശക്തമായ ആകർഷണം അനുഭവപ്പെട്ടു എന്നതാണ്. അതിനാൽ അടുത്ത് ഇടപഴകുന്ന എല്ലാവരും ഉറ്റവരായി, പഠിപ്പിക്കുന്നവരും കൂട്ടുകാരും ഭേദമില്ലാതെ.

ഡോക്ടറമ്മ ദിവസവും കുറച്ച് നേരമെങ്കിലും പാറുക്കുട്ടിയുടെ കൂടെ ചെലവഴിച്ചു. അവർക്ക് പാറുക്കുട്ടി ഏറ്റവും പ്രിയപ്പെട്ടവളായി. പാറുക്കുട്ടിക്കും സ്വന്തം അമ്മയോളം തന്നെ അടുപ്പം തോന്നി അവരോട്.

കുട്ടികളുടെ ശാരീരിക, മാനസിക ആരോഗ്യ കാര്യങ്ങളിൽ ഗവേഷണം നടത്തുന്ന ആൾ കൂടിയാണ് താൻ എന്നും ആ രംഗത്ത് ലോകത്ത് എങ്ങും ഉള്ള മുൻപന്തിക്കാരുമായി സഹകരിക്കുന്നു എന്നും വെളിപ്പെടുത്തിയ ഡോക്ടറമ്മ ഒരു ദിവസം പാറുക്കുട്ടിയുടെ മുറിയിലേക്ക് വന്നത് ഒരു സംഘം വിദേശീയരുടെ കൂടെയാണ്.

അവരിൽ പാറുക്കുട്ടിയുടെ അമ്മയുടെയും ഡോക്ടറമ്മയുടെയും പ്രായമുള്ള ഒരാൾ പാറുക്കുട്ടിയോട് പറഞ്ഞു: ''പ്ലീസ് അലൗ മി ടു ബി യുവർ ഫ്രണ്ട്.''

ഒറ്റപ്പെടലിന്റെ സങ്കടത്തിൽനിന്ന് കരകയറിയതിനെ തുടർന്ന് പാറുക്കുട്ടി ഇതിനകം അല്പം കുസൃതിയും ശീലിച്ചിരുന്നു. ലീനച്ചേച്ചി അത് പ്രോത്സാഹിപ്പിക്കുകയും ചെയ്തു.

അതിഥിയോട് പാറുക്കുട്ടി അവരുടെ അഭ്യർത്ഥന അവരുടെ സ്വരത്തിൽത്തന്നെ ആവർത്തിച്ചു! ''പ്ലീസ് അലൗ മി ടു ബി യുവർ ഫ്രണ്ട്.''

അന്തിച്ചു പോയ അവരെ ആ സ്വരത്തിലെ സവിശേഷത വികാരവിവശയാക്കി. അവർ പാറുക്കുട്ടിയെ അണച്ചു പിടിച്ചു.

അതിനിടെ മേശപ്പുറത്ത് ഇരുന്ന ചിത്രങ്ങൾ സംഘത്തിലെ മറ്റൊരാളുടെ ശ്രദ്ധയിൽപ്പെട്ടു. തുടർന്ന് എല്ലാവരോടുമായി ഡോക്ടറമ്മ അതിന്റേയും കാര്യങ്ങൾ വിശദീകരിച്ചു.

ചർച്ചകൾക്കൊടുവിൽ അമേരിക്കയിലെ പ്രസിദ്ധമായ ഒരു സർവ്വകലാശാലയിലേക്ക് നിരീക്ഷണത്തിനും പഠനത്തിനുമായി പാറുക്കുട്ടിയെ കൊണ്ടുപോകാൻ കഴിയുമോ എന്നായി ആലോചന. കുടുംബത്തിന് കൂടെ പോകാം. പഠിത്തം തീർച്ചയായും തുടരാം.

പാറുക്കുട്ടിയുടെ അച്ഛനും അമ്മയും ഒരിക്കൽ കൂടി സ്കൂളിലേക്ക് വന്നു. അച്ഛന് പ്രാക്ടീസ് ഉപേക്ഷിച്ച് പോകാൻ വയ്യ. ചെറിയ കുട്ടിയുള്ളതുകൊണ്ട് അമ്മയ്ക്കും പ്രയാസം. പാറുക്കുട്ടിയുടെ ശരീരത്തിനും മനസ്സിനും ഏറ്റവും നല്ല പരിരക്ഷ ഒരുക്കാൻ ഇവിടെ വെച്ച് തന്നെ ശ്രമിച്ചു കൂടെ എന്ന് അച്ഛൻ ആരാഞ്ഞു.

എല്ലാം കേട്ട് നിശ്ശബ്ദയായി നിൽപ്പായിരുന്നു പാറുക്കുട്ടി. മുതിർന്നവരുടെ തീരുമാനങ്ങൾക്ക് വഴങ്ങിയതേയുള്ളൂ അന്നേവരെ.

വിദേശത്തുനിന്ന് വന്ന ഗവേഷണ സംഘത്തിന്റെ നേതാവ് കുട്ടിക്ക് കൈവരാവുന്ന സൗഭാഗ്യങ്ങൾ വിശദീകരിച്ചു. ഇതൊരു അപൂർവ്വ ജന്മമാണ്, ഇപ്പോഴേ ലോക ശ്രദ്ധ ആകർഷിച്ചു കഴിഞ്ഞു. ഏറെ പ്രസിദ്ധിയും ധനവും കൈവരാൻ പോകുന്നു. ഒരുപാട് വലിയ സ്ഥാപനങ്ങൾ ഈ കുട്ടിയുടെ സേവനം ആവശ്യപ്പെട്ട് മുന്നോട്ടു വരും എന്നതിൽ സംശയമില്ല. പാറുക്കുട്ടിയുടെ സഹായത്തോടെ സയൻസ് പുതിയ മേഖലകളിലേക്ക് കടക്കും. ആരും കൂടെ ചൊല്ലണമെന്നില്ല, കുട്ടിയുടെ എല്ലാ ഉത്തരവാദിത്തങ്ങളും തങ്ങൾ ഏറ്റെടുക്കാം.

ഓർക്കാപ്പുറത്താണ് പാറുക്കുട്ടി പറഞ്ഞത്: 'ലീനച്ചേച്ചിയുടെയും ഡോക്ടറമ്മയുടെയും കൂടെ ഇവിടെ കഴിയാനാണ് എനിക്കിഷ്ടം.'

പാറുക്കുട്ടിയിൽ നിന്ന് അന്നോളം ആരും കേട്ടിട്ടില്ലാത്ത തരം ശബ്ദമായിരുന്നു അത്. കാരിരുമ്പിന്റെ കടുപ്പവും കട്ടിയും ശുദ്ധജലത്തിന്റെ ലാളിത്യവും തെളിമയും ഒരുമിച്ചുള്ള ശബ്ദം.

(സൂചന: അടുത്ത രണ്ട് പതിറ്റാണ്ടിനകം സ്വര,നിറഭേദങ്ങൾക്കതീതമായി ഭൂമിയിൽ സർവ്വജീവിപ്രേമം പുലരാൻ പോകുന്നു എന്നതിന്റെ സൂചനയും വാഗ്ദാനവും ആണ്, വെളിച്ചത്തിന്റെ അമ്മയെങ്കിലും ഇരുട്ടിന്റെ നിറവുമായി പിറന്ന പാറുക്കുട്ടി.)

■

ഉൾവിളി

മുറ്റത്ത് കൂനിക്കൂടിയിരുന്ന് പുല്ല് പറിക്കുന്ന അമ്മ ആരോടെന്നില്ലാതെ പറഞ്ഞു: ''എന്താ ചിയ്യാ, ഇന്റെ ഒരു യോഗം.''

ഒരു കാര്യത്തിലും ഒരു താൽപര്യവും ഇല്ലാത്ത മകനെക്കുറിച്ചാണ് അമ്മയുടെ പരാതി.

നേരം സന്ധ്യയാവുന്നു, പകൽ മുഴുവൻ തലകീഴായി തൂങ്ങിക്കിടന്ന് ഉറങ്ങിയ വവ്വാലുകൾ വലിയ ചിറകുകൾ പണിപ്പെട്ടു വീശി ഭക്ഷണം തേടി പലവഴിക്കും പുറപ്പെട്ടിരിക്കുന്നു. ചേക്കേറാൻ വൈകിയ കിളികളാകട്ടെ, ഇണയെയോ തുണയെയോ ഈശ്വരനെയോ നീട്ടിയോ കുറുക്കിയോ പാരവശ്യത്തോടെ വിളിക്കുന്നു.

ഈയിടെയാണ് ശങ്കുണ്ണിക്ക് ഇരുപതുവയസ്സ് തികഞ്ഞത്. നേരത്തേ കുളിച്ച് അമ്പലത്തിൽ തൊഴുത് വരാൻ പറഞ്ഞു അമ്മ. അത് ചെയ്തു. അമ്മ എടുത്തുവെച്ചിരുന്ന അലക്കിയ മുണ്ടും വൃത്തിയുള്ള കുപ്പായവും ധരിച്ചു. അമ്മ വിളമ്പിക്കൊടുത്ത അത്രയും ഇഡ്ഡലിയും പഴന്നുറുക്കും കഴിച്ചു. പിന്നെ അമ്മ ഒന്നും പറയാത്തതുകൊണ്ട് അപ്പോൾ മുതൽ ഉമ്മറത്തൂണും ചാരി പുസ്തകവുമായി ഇരിക്കുന്നു. ബിരുദപരീക്ഷ കഴിഞ്ഞ് റിസൾട്ട് വന്നിട്ടും പാഠം വായന തുടരുകയാണ്, സന്ധ്യയ്ക്കും.

അങ്ങനെ പിറന്നാളും കഴിഞ്ഞുപോയി. വിശേഷ ദിവസമാണ് എന്ന ഭാവം ഒന്നും ശങ്കുണ്ണിക്ക് ഉണ്ടായില്ല.

അയൽപക്കത്തെ മൂന്ന് വീട്ടുകാർ പിറന്നാളുണ്ണാൻ വന്നു. ശങ്കുണ്ണിയെക്കാൾ പ്രായം കുറഞ്ഞ കുട്ടികളാണ് പ്രതിനിധികളായി വന്നത്. അവരുടെ കളികളിൽ ശങ്കുണ്ണി പങ്കെടുത്തു. കൂട്ടത്തിൽ കുഞ്ഞിമാളുവും ഉണ്ടായിരുന്നു. ഡിഗ്രിക്ക് ചേർന്നിരുന്നെങ്കിലും അവൾ ചെറിയ കുട്ടികളെ പോലെ തന്നെ. ആണും പെണ്ണും ആയി അങ്ങനെ ഒരു അടുത്ത കൂട്ടേ ഉള്ളൂ ശങ്കുണ്ണിക്ക്.

ഊണ് കഴിഞ്ഞ് മറ്റ് കുട്ടികളൊക്കെ പോയിട്ടും അവൾ പോയില്ല. എനിക്കിവിടെ ഇരിക്കാമല്ലോ എന്നൊരു ഭാവത്തോടെ ശങ്കുണ്ണിയുടെ മുന്നിൽ ഇരുന്നു. കാലുമാട്ടി വെറുതെ ഇരുന്നുമടുത്തപ്പോൾ എഴുന്നേറ്റുപോയി.

ദിവസം മുഴുവൻ ശങ്കുണ്ണിയുടെ മുഖത്തെ പ്രസന്നത അതുപോലെ നിലനിന്നു. സ്ഥായീഭാവം അതാണ്. ശങ്കുണ്ണിക്ക് എപ്പോഴും സന്തോഷമാണ്. വെറുതെ ചിരിക്കും.

ആറടി പൊക്കവും അതിനൊത്ത ദേഹവും ആ ചിരിയും നന്നായി ഇണങ്ങുന്നു. സമ്പുഷ്ടമായ പ്രസന്നത.

പഠിക്കാൻ മിടുക്കനാണ്. ഡിഗ്രിപ്പരീക്ഷയുടെ ഫലം വന്നപ്പോൾ കോളേജിൽ ഏറ്റവും ഉയർന്ന മാർക്കാണ് ശങ്കുണ്ണിക്ക്.

നല്ല അടക്കവും ഒതുക്കവും. കുറുമ്പേ ഇല്ല. ആരോടും ഏറ്റമില്ല. ഒന്നിനും വാശി ഇല്ല. ആരോടും ഒന്നും ചോദിക്കില്ല. ആരെന്തു കൊടുത്താലും വേണ്ടെന്ന് പറയില്ല. ആരും ഒന്നും കൊടുക്കാതിരുന്നാലും ഒരു പരാതിയുമില്ല.

അഞ്ചുവയസ്സിൽ അച്ഛൻ മരിച്ചുപോയി. ചെന്നുപറയാൻ ആരും ഇല്ലാതായതാവാം. ശങ്കുണ്ണിക്ക് ആഗ്രഹങ്ങൾ ഉണ്ടാകാതാകാൻ കാരണം.

അച്ഛൻ മരിച്ചുകിടക്കുമ്പോഴും കരഞ്ഞില്ല, ഈ ചിരി അപ്പോഴും ഉണ്ടായി. ഒന്നും അറിയാൻ പ്രായമായില്ലല്ലോ കഥയില്ലായ്മ കൊണ്ടാവാം, എന്നേ എല്ലാരും അന്ന് കരുതിയുള്ളൂ.

തൊടിയിൽ കുറച്ച് തേങ്ങ ഉള്ളതും റെയിൽവേയിൽ ഡ്രൈവറായിരുന്ന അച്ഛന്റെ കുടുംബ പെൻഷനും നോട്ടുപുസ്തകങ്ങൾ ഉണ്ടാക്കുന്നതിൽനിന്നുള്ള അമ്മയുടെ വരുമാനവുംകൊണ്ട് കഷ്ടിമുഷ്ടി കഴിഞ്ഞുകൂടുന്നു.

ശങ്കുണ്ണിക്ക് എന്തോ പോരായ്മ ഉണ്ട് എന്ന തോന്നൽ അമ്മയ്ക്ക് മാത്രമേ ഉള്ളൂ. സ്കൂളിലോ കോളേജിലോ ഒരു കാര്യത്തിനും ഒരു പരാതിയും മകനെക്കുറിച്ച് ഉണ്ടായിട്ടില്ല. എന്നാൽ, ഒരു പരാതിയും ഇല്ലാതിരിക്കുന്നതുകൊണ്ടും അല്ല അമ്മയുടെ അങ്കലാപ്പ്. എന്തുകൊണ്ട് എന്ന് അറിയില്ല, എന്തോ ഒന്ന് കുറവുണ്ട് എന്ന് അമ്മയ്ക്ക് തോന്നുന്നു. അതിനാൽ അമ്മ ഈയിടെയായി എപ്പോഴും പറഞ്ഞുകൊണ്ടിരിക്കും: ''എന്താ ചിയ്യാ, ഇന്റെ ഒരു യോഗം.''

ആരോടെങ്കിലും ഒന്ന് വഴക്കുകൂടിയിരുന്നു എങ്കിൽ, അമ്മയായ തന്നോടെങ്കിലും ഒന്ന് മുഖം വീർപ്പിച്ചിരുന്നു എങ്കിൽ, ഒരു പരീക്ഷയിൽ

തോറ്റിട്ടെങ്കിലും ഒന്ന് കരഞ്ഞിരുന്നു എങ്കിൽ ഒരുപക്ഷേ, അമ്മയ്ക്ക് ഇങ്ങനെ തോന്നുമായിരുന്നില്ല. ഇതിപ്പോൾ പ്രായപൂർത്തിയായിട്ടും കുട്ടിയായിത്തന്നെ ഇരിക്കുന്നു. അതും ഒരു പരാതിയും ഇല്ലാത്ത കുട്ടി. ദിവസം ചെല്ലുന്തോറും ഈ കുട്ടിത്തത്തിന് മാറ്റുകൂടി വരുകയുമാണ്.

നന്നേ ചെറിയ കുട്ടിയായിരുന്നപ്പോൾ അച്ഛന്റെ കൂടെ പോയതല്ലാതെ പുറത്തെങ്ങും പോയിട്ടില്ല. സ്കൂളിലേക്കും കോളേജിലേക്കും നടന്നുപോകാനുള്ള ദൂരമേ ഉള്ളൂ. ചെരിപ്പ് ഇടാറില്ല. കുനുകുനെ ചുരുണ്ട മുടി ചീകിവെക്കുന്ന പതിവില്ല. കുട്ടിക്കാലത്ത് അര ഇഞ്ച് നീളം വെച്ച് വെട്ടിയിരുന്ന അതേ രീതിയാണ് ഇപ്പോഴും. കളിക്കാൻ ഇഷ്ടം മുതിർന്ന കുട്ടികളുടെ കൂടെയല്ല. ഇഷ്ടമുള്ള കളികൾ കാൽപ്പന്തോ കൈപ്പന്തോ ഒന്നുമല്ല. പിന്നെയോ കൊത്തങ്കല്ലും പൂത്താങ്കീരിയും അതുപോലുള്ള വല്ലതും.

എന്താ നിങ്ങടെ ഇപ്പോഴത്തെ അവസ്ഥയ്ക്ക് ഒരു കുഴപ്പമെന്ന് ആരെങ്കിലും ചോദിച്ചാൽ, ആ അമ്മ പറയും: ''അതിപ്പോ നിങ്ങക്ക് മനസ്സിലാവില്ല.''

എല്ലാ ജോലിയിലും സഹായിക്കാൻ ചെല്ലുന്ന മകനെക്കുറിച്ചാണ് ഈ സങ്കടം. തൊടിയിൽ പണിയെടുക്കാൻ, നോട്ടുപുസ്തകങ്ങളുണ്ടാക്കാൻ, തേങ്ങ പൊതിച്ച് പെട്ടി ഓട്ടോയിൽ കൊണ്ടുപോയി കടയിൽ തൂക്കിക്കൊടുത്ത് കാശ് വാങ്ങാൻ, അയൽവീടുകളിൽ വല്ല വിശേഷവുമുണ്ടായാൽ സഹായിക്കാൻ ചെല്ലാൻ എപ്പോഴും റെഡി. ഒരുതരം ചീത്തസ്വഭാവവുമില്ലതാനും. എന്നിട്ടാണ് ആ സ്ത്രീ ഇങ്ങനെ ആവലാതി പറയുന്നത്. മകൻ ദൃഷ്ടിദോഷം തട്ടാതിരിക്കാനായാവുമെന്നാണ് പലരും കരുതുന്നത്. ഈ പക്ഷം ചിലർ പരസ്യമായി പറയാറുമുണ്ട്.

കൂടെക്കിടക്കുന്നവർക്കല്ലേ, രാപ്പനി അറിയൂ എന്നൊരു പഴയ ചോദ്യമില്ലേ? അതാണ് ആ അമ്മയുടെ മനസ്സിൽ ഇതിനുള്ള മറുപടി. തന്റെ സങ്കടം തനിക്കല്ലേ അറിയൂ. വിളിച്ചില്ലെങ്കിൽ തന്റെ ഉണ്ണി രാവിലെ ഇപ്പോഴും എണീക്കില്ല, പറഞ്ഞില്ലെങ്കിൽ പോയിക്കുളിക്കില്ല, മൂന്നുവട്ടം വിളിച്ചാലേ വല്ലതും കഴിക്കാൻ വരൂ. മതി എന്ന് പറയുന്നതുവരെ ഉണ്ടുകൊണ്ടേയിരിക്കും. ഉറങ്ങാറായില്ലേ എന്ന് ചോദിക്കുവോളം വായിക്കുകയോ നറുചിരിയോടെ വെറുതെ ഇരിക്കുകയോ ചെയ്യും. തന്റേതായി ഒരാവശ്യവുമില്ല.

ഇതൊക്കെ അത്ര വലിയ പോരായ്മകളാണോ? തങ്ങളുടെ കുട്ടികൾ കാരണം ഒരു വിഷമവും ആർക്കുമുണ്ടാകാതിരിക്കാനല്ലേ, അമ്മമാർ ആഗ്രഹിക്കേണ്ടത്?

ഈ വക മുട്ടുന്യായങ്ങൾക്കൊന്നും ഒരു മറുപടിയും ആ അമ്മ നൽകിയില്ല. അയൽക്കാരോ, എന്തെങ്കിലുമാകട്ടെ, അവരായി അവരുടെ പാടായി എന്ന ഉപേക്ഷയിലുമായി. ചുഴിഞ്ഞന്വേഷിക്കാൻ ആരും മുതിർന്നില്ല. ശങ്കുണ്ണിയുടെ സമ്പ്രദായങ്ങൾ വീട്ടിലോ നാട്ടിലോ ആർക്കും ഒരാപത്തും വരുത്തുന്ന കാര്യമല്ലല്ലോ.

* * *

ഇങ്ങനെയൊക്കെ ഇരിക്കെയാണ് മറ്റ് വിദ്യാർത്ഥികളുടെയും നാട്ടുകാരുടെയും കൺമുന്നിൽ കോളേജിന് മുന്നിലെ നിരത്തിൽവെച്ച് കുഞ്ഞിമാളുവിനെ വലിയ ഒരു കാറിലെത്തിയ ആരോ ചിലർ പിടിച്ചുകൊണ്ടുപോയത്. അവർ ദേഹമാകെ മൂടുന്ന കുപ്പായങ്ങളും മുഖംമൂടികളും കോവിഡ് മാസ്കുകളും ധരിച്ചിരുന്നു. ഒരുമിനിറ്റു കൊണ്ട് എല്ലാം കഴിഞ്ഞു. കാറിന്റെ നമ്പർ എഴുതിയെടുത്തവർ തമ്മിൽ തർക്കവുമായി. മുന്നിലെ നമ്പറായിരുന്നില്ല പിന്നിൽ. പണിപറ്റിച്ചത് പഠിച്ച കള്ളന്മാർതന്നെ എന്നതിനോട് എല്ലാരും യോജിച്ചു.

മാളുവിന്റെ അച്ഛനും അമ്മയും അധ്യാപകരാണ്. കോളേജിന്റെ ഇരുനൂറുമീറ്റർമാത്രം അകലെയുള്ള സ്കൂളിൽ നടക്കുന്ന അവധിക്കാലക്യാമ്പിലുണ്ടായിരുന്ന അവർ വിവരമറിഞ്ഞ ഉടൻ അലമുറയോടെ ഓടി പൊലീസിൽ പരാതികൊടുത്തു.

പലേടത്തും ഇങ്ങനെയൊക്കെ സംഭവിക്കുന്നുവെന്ന് കേട്ട അറിവേ, നാട്ടിൽ അതുവരെയുണ്ടായിരുന്നുള്ളൂ.

എവിടെയും ഇതുതന്നെയായി സംസാരം. പ്രത്യേകിച്ച്, മുതിർന്ന പെൺകുട്ടികളുള്ളവരുടെ നെഞ്ചിടിപ്പ് പൊടുന്നനെ വർധിച്ചു.

പുസ്തകം വായിച്ച് ഉമ്മറത്തൂണും ചാരിയിരിക്കുന്ന ശങ്കുണ്ണി പക്ഷേ. ഈ കാര്യമറിഞ്ഞിട്ടും ഒരു ഭാവഭേദവും കാണിച്ചില്ല. മുഖത്തെ സ്ഥിരം പുഞ്ചിരി ഒന്ന് മങ്ങിയതുപോലുമില്ല.! ഇതെന്താ മണ്ണും ചാണകവുമല്ലാതെ ഇങ്ങനെ ഒരിരിപ്പെന്ന് ശങ്കുണ്ണിയോട് വിവരം പറയാൻ ചെന്നവർ പരസ്യമായിത്തന്നെ അമ്പരന്നു. ഇയാളുടെ അമ്മ പരാതി പറയുന്നതിൽ കാര്യമുണ്ടെന്ന് അവർക്കെല്ലാം തോന്നി.

വേണ്ടതുചെയ്യാൻ പഞ്ചായത്ത് പ്രസിഡന്റിന്റെ നേതൃത്വത്തിൽ നാട്ടുകാരുടെ കമ്മിറ്റിയുണ്ടായി. പക്ഷേ, എവിടെ, എങ്ങനെ തിരയണമെന്ന് എത്തുംപിടിയും കിട്ടുന്നില്ല; എങ്ങോട്ട് കൊണ്ടുപോയെന്ന ഒരു സൂചനയുമില്ലെന്നിരിക്കെ...

അമ്പലത്തിലും പള്ളിയിലുമൊക്കെ ഇതുതന്നെയായി സംസാരം. ആളും നാഥനുമില്ലാത്ത നാടായിപ്പോയോ എന്നായിരുന്നു എല്ലാവരുടെയും അത്ഭുതം. നാട്ടുകാരുടെ മുഖത്ത് ആശങ്കയും അമർഷവും തളംകെട്ടി. പ്രത്യേകിച്ച് ആരോടുമല്ലാത്ത അമർഷം കൊണ്ട് ആളുകൾ സ്വയമുരുകി.

നേരം സന്ധ്യയായിട്ടും ശങ്കുണ്ണിമാത്രം ഒരു പുസ്തകവുമായി ഉമ്മറത്തൂണിൽ ചാരിയിരിപ്പ് തുടർന്നു, മുഖത്തെ ചിരിക്ക് ഒരു തേമാനവുമില്ലാതെ.

അപ്പോൾ, അന്നാദ്യമായി അമ്മ അതീവസങ്കടത്തോടെ ചോദിച്ചു: ''അല്ല കുട്ട്യേ, നീയൊരു ആണല്ലേ, നീയിതൊന്നും അറിഞ്ഞ്ല്യേ?''

പുഞ്ചിരി നിലനിർത്തിക്കൊണ്ടാണ് ശങ്കുണ്ണി പറഞ്ഞത്. ''എന്താ വേണ്ടെന്ന് നിശ്ശല്ല്യ.''

തന്നോടുതന്നെ എന്നപോലെയാണ് അമ്മ തുടർന്നത്: ''ആരെങ്കിലും എന്തെങ്കിലും ചെയ്തെങ്കിൽ, ഈശ്വരാ...''

ഏതാനും മിനിറ്റുകൾക്കുശേഷം ശങ്കുണ്ണി എന്തോ വെളിപാടുണ്ടായിട്ടെന്നപോലെ, പുസ്തകം മടക്കി തിണ്ണയിൽ വെച്ച് എഴുന്നേറ്റു. അകത്ത് പോയി ഷർട്ടെടുത്ത് ധരിച്ചു, മേശവലിപ്പിലുണ്ടായിരുന്ന കാശെടുത്ത് എണ്ണിനോക്കാതെ പോക്കറ്റിലിട്ടു. പക്ഷേ മുറ്റത്തേക്കിറങ്ങുമ്പോഴും ചുണ്ടത്തെ ചിരി അതുപോലെ നിലനിന്നു.

അമ്മ പിന്നാലെയിറങ്ങി: ''നീയിത് എവിടേക്കാ, നീയൊരാൾ തനിച്ചോ? അതെന്തായാലും പറ്റില്ല.''

തിരിഞ്ഞൊന്നുനോക്കി വിടർന്നുചിരിച്ച ശങ്കുണ്ണിയുടെ മുഖത്ത് സന്ധ്യയുടെ ചുവപ്പലിഞ്ഞു. ആ ചിരിയിൽ അത്രയും ശോഭ അമ്മ അതേവരെ കണ്ടിരുന്നില്ല.

പടികടന്ന് ഇടവഴിയിൽ കുറച്ചുദൂരം പോകുവോളം അമ്മ പിന്നാലെ ചെന്നു: 'ഒറ്റയ്ക്ക് പോണ്ട.''

തിരിഞ്ഞുനോക്കാതെ, ഒരു കുട്ടിക്കളിയിലെന്നപോലെ വലതുകൈ പൊക്കിവീശി, ശങ്കുണ്ണി നടത്തം തുടർന്നു. അമ്മ തരിച്ചുനിന്നു; ശങ്കുണ്ണി ഇടവഴിയിലെ വളവ് തിരിഞ്ഞ് മറഞ്ഞിട്ടും ഒട്ടുനേരം.

വഴിയോരത്ത് അവിടവിടെ കൂട്ടംകൂടിനിന്നവരിൽ പലരും ചോദിച്ചു: ''എങ്ങട്ടാ, ശങ്കുണ്ണ്യേ?''

ചിരിമാത്രമായിരുന്നു മറുപടി. അതും ചിരിയുടെ കണിക പോലും മറ്റാരുടെയും മുഖത്തില്ലാത്തപ്പോൾ. പലരും മൂക്കത്ത് വിരൽ വെച്ചു.

തനിക്ക് നല്ല പരിചയമുള്ള ദിശയിൽ ശങ്കുണ്ണി കാലുകൾ നീട്ടി വെച്ച് നടന്നു. റെയിൽവേ സ്റ്റേഷനിലേക്കുള്ള വഴി. നന്നേ കുഞ്ഞാ യിരിക്കുംകാലം അച്ഛന്റെകൂടെ നടന്ന വഴി. മുതിർന്നതിൽപ്പിന്നെയും അതിലെ വെറുതെ നടക്കാറുണ്ട്.

സ്റ്റേഷനിലെത്തിയപ്പോഴേക്ക് സന്ധ്യ മയങ്ങി.

ശങ്കുണ്ണി കൗണ്ടറിൽ തിരക്കി: ''ഇനി വരുന്ന വണ്ടി എങ്ങോട്ടാ?''

''വടക്കോട്ട്, കണ്ണൂരിലേക്ക്.''

''അവിടേക്ക് ഒരു ടിക്കറ്റ്.''

ശങ്കുണ്ണി എന്ത് ചെയ്യുമ്പോഴും മുൻകൂട്ടി പരിപാടി ഇട്ടല്ല പതിവ്. പരീക്ഷയ്ക്കു പോകുമ്പോൾ പോലും എന്ത് ചോദ്യം വരും എന്നോ എങ്ങനെ ഉത്തരം എഴുതണം എന്നോ ആലോചിക്കാറില്ല. ആലോ ചനകൊണ്ട് അറിയാൻ ആവാത്തത് എന്തിന് ആലോചിക്കണം എന്ന് ആലോചിച്ചിട്ട് ഒന്നുമല്ല ഇത്. ഒരു ശീലം. അന്വേഷിക്കാതിരിക്കുക, കണ്ടെത്തും എന്ന നയമൊന്നും സ്വീകരിച്ചിട്ടും അല്ല.

ഇതുകൊണ്ടുള്ള മെച്ചം: എന്തുണ്ടാവും എന്ന വേവലാതി ഇല്ല ഒരിക്കലും. ആലോചനകളല്ല, തോന്നലുകളാണ് വഴി നയി ക്കുക. ചെയ്യാൻ അപ്പപ്പോൾ തോന്നുന്നത് എങ്ങനെയോ അങ്ങനെ ചെയ്യുക.

ആ ചിരിയും ആകാരവും ശങ്കുണ്ണിയെ എവിടെയും സ്വീകാര്യ നാക്കുന്നു. തിരക്കുള്ള തീവണ്ടിയിൽ തൂങ്ങിപ്പിടിച്ച് നിൽക്കെ, ഒരു ചെറുപ്പക്കാരൻ എഴുന്നേറ്റ് ഇരിക്കാൻ ഇടം കൊടുത്തു. ഞാൻ ഉടനെ വരാം, അതുവരെ ഇതൊന്ന് ശ്രദ്ധിക്കണം എന്ന അപേക്ഷ യോടെ തന്റെ പെട്ടി ഏൽപ്പിക്കുകയും ചെയ്തു. ഇടത്തരം വലുപ്പ മുള്ള ഒരു പെട്ടി. ഗൾഫിൽനിന്ന് വരുന്നവർ കൊണ്ടുവരാറുള്ള പോലത്തെ ഒന്ന്. അല്പം ഭാരമുണ്ടെങ്കിലും അത് മടിയിലും വെച്ച് ശങ്കുണ്ണി ഇരുന്നു.

കണ്ണൂരിൽ എത്തിയിട്ട് എവിടെ പോകും എന്തുചെയ്യും എന്നൊന്നും ആലോചിച്ചിട്ടേയില്ല. മാളുവിനെ കണ്ടെത്തും എന്ന പ്രതീക്ഷയോ കണ്ടെത്തണമെന്ന വാശിയോ ഇല്ല. ഇപ്പോൾ എന്ന ഒരു കാര്യമേയുള്ളൂ എപ്പോഴും ശങ്കുണ്ണിക്ക്.

വണ്ടി ആടിക്കുലുങ്ങി ഓടുന്നു. കൂടെയുള്ള യാത്രക്കാർ

എന്തൊക്കെയോ സംസാരിക്കുന്നു. വിൽപ്പനക്കാർ വരുന്നു, പോകുന്നു. തലയ്ക്ക് മുകളിലെ ഫാൻ ശബ്ദായമാനമായി തിരിയുന്നു.

പെട്ടെന്നാണ് കണ്ടാൽ ആരും ഭയന്നുപോകുന്ന ഒരു നായയും അതിന്റെ കഴുത്തിലെ പട്ടയിൽ പിടിപ്പിച്ച ചങ്ങലയുടെ മറ്റേ അറ്റത്ത് ഒരു പൊലീസുകാരനും കമ്പാർട്ട്മെന്റിൽ വന്നത്. വായ പാതി തുറന്ന് ഭീകരമായ പല്ലുകൾ പുറത്തുകാണിച്ച് നാക്കുനീട്ടിയും മൂക്ക് വിടർത്തി മണംപിടിച്ചും എന്തോ തിരയുന്നപോലെയാണ് നായയുടെ പെരുമാറ്റം. അതിനെ ചങ്ങലയിട്ട് പിടിച്ച പൊലീസുകാരനോ എവിടെ പോകാനും എന്ത് മണക്കാനും അതിനെ അനുവദിച്ചുകൊണ്ട് പുറകെ നടക്കുക മാത്രം ചെയ്യുന്നു.

എല്ലാവരും എഴുന്നേറ്റു, ശങ്കുണ്ണി ഒഴികെ. ഒന്നിലും വേവലാതി ഇല്ലാത്തപോലെത്തന്നെ ആരെയും ഒന്നിനെയും ഭയവും ഇല്ല ശങ്കുണ്ണിക്ക്. വരുംവരായ്കകളെക്കുറിച്ച് ആലോചനയുണ്ടെങ്കിലല്ലേ പേടി വേണ്ടൂ.

നായ നേരെ വന്ന് ശങ്കുണ്ണിയുടെ മടിയിൽ ഇരിക്കുന്ന പെട്ടി ഒന്ന് മണത്ത് ശങ്കുണ്ണിയെ നോക്കി ഉറക്കെ കുരയ്ക്കാൻ തുടങ്ങി. അപ്പോഴും പക്ഷേ, ശങ്കുണ്ണിയിൽ ഒരു ഭാവഭേദവും കണ്ടില്ല, എപ്പോഴും ഉള്ള ചെറുചിരിതന്നെ കെടാവിളക്കായി നിന്നു.

ചങ്ങല ചെറുതായി പുറകോട്ട് വലിച്ച് പൊലീസുകാരൻ ആജ്ഞാപിച്ചു: ''സ്റ്റോപ്പ്.''

നായ കുര നിർത്തി വാലാട്ടി സന്തോഷസ്വരങ്ങൾ പുറപ്പെടുവിച്ചു.

മൂന്നുപേരുണ്ടായിരുന്നു പൊലീസ് സംഘത്തിൽ. അവരുടെ തലവൻ ശങ്കുണ്ണിയോട് ചോദിച്ചു: ''ഈ പെട്ടിയിൽ എന്താണ്?''

അറിയില്ലെന്ന് ശങ്കുണ്ണി പറഞ്ഞു. ഈ സീറ്റിൽ ഇരുന്ന ആൾ ഈ സീറ്റ് എനിക്ക് ഒഴിഞ്ഞുതന്നശേഷം താൻ വരുവോളം ഇതൊന്ന് സൂക്ഷിക്കണം എന്ന് പറഞ്ഞ് ഏൽപ്പിച്ച് സ്ഥലംവിട്ടതാണ്.

ശങ്കുണ്ണിയുടെ അപ്പുറവും ഇപ്പുറവും ഇരിക്കുന്നവരോട് അന്വേഷിച്ചപ്പോൾ ഇത് ശരിയാണ് എന്ന് അവരും ബോധിപ്പിച്ചു.

പെട്ടി പതുക്കെ മടിയിൽനിന്ന് സീറ്റിൽ ഇറക്കിവെച്ച് എഴുന്നേറ്റ് മാറിനിൽക്കാൻ കൽപ്പനയായി. പുഞ്ചിരിച്ചുകൊണ്ടുതന്നെ ശങ്കുണ്ണി അനുസരിച്ചു.

പിന്നെ മറ്റ് യാത്രക്കാർക്കായി പൊലീസിന്റെ നിർദേശം വന്നു: ''ആരും പരിഭ്രമിക്കരുത്. ഈ പെട്ടിയിൽ സ്ഫോടകവസ്തുവാണ്

എന്ന് സംശയമുണ്ട്. അടുത്ത സ്റ്റേഷനിൽ ഇത് നീക്കം ചെയ്യും. ഇയാൾ ഒഴികെ എല്ലാവരും ഈ കമ്പാർട്ട്മെന്റിൽ നിന്ന് അടുത്ത കമ്പാർട്ട്മെന്റുകളിലേക്ക് തിക്കിത്തിരക്കാതെ പതുക്കെ മാറുക. ഉന്തും തള്ളും ഉണ്ടാക്കരുത്.''

തുടർന്ന് അദ്ദേഹം ശങ്കുണ്ണിയെ അറിയിച്ചു: ''നിങ്ങൾ പറയുന്നത് നേരായിരിക്കാം, എങ്കിലും നിങ്ങളുടെ കൈവശമാണല്ലോ ഈ വസ്തു കണ്ടെത്തിയത്. അപ്പോൾ. ഇത് നിങ്ങളെ ഏൽപ്പിച്ച ആളെ കണ്ടുകിട്ടുംവരെ ഇതിന്റെ ഉടമസ്ഥൻ ഞങ്ങളെ സംബന്ധിച്ചിടത്തോളം നിങ്ങളാണ്. അതിനാൽ നിങ്ങളെ അറസ്റ്റ് ചെയ്യേണ്ടതുണ്ട്. അയാളെ കണ്ടുപിടിക്കാൻ നിങ്ങൾ ഞങ്ങളെ സഹായിക്കണം. ആൾ കണ്ടാൽ എങ്ങനെ ഇരിക്കും?''

ശങ്കുണ്ണി പറഞ്ഞു: ''കടലാസും പേനയും തന്നാൽ ചിത്രം വരച്ചുതരാം.''

പഠിക്കാൻ എന്നപോലെ ചിത്രം വരയ്ക്കാനും മിടുക്കനാണ് ശങ്കുണ്ണി.

പൊലീസുകാരിൽ ഒരാളുടെ പോക്കറ്റിൽ ഏറെക്കാലം കിടന്ന് നിറംമങ്ങിയ കടലാസുതുണ്ടിൽ ആരിൽനിന്നോ കിട്ടിയ പച്ചമഷിയുള്ള പേനകൊണ്ട് ശങ്കുണ്ണി രണ്ടേ രണ്ട് മിനിറ്റിൽ ആ ചെറുപ്പക്കാരന്റെ മുഖം വരച്ചു, വടിവുള്ള ചിത്രം.

''ഇങ്ങനെ തന്നെയാണോ?''

''അതെ.''

ആ കമ്പാർട്ട്മെന്റിൽനിന്ന് പുറത്തുപോകാൻ വെപ്രാളപ്പെടുന്നവരിൽ ചിലരെ തടഞ്ഞുനിർത്തി ഈ ചിത്രം കാണിച്ചപ്പോൾ അവരും പറഞ്ഞു, ആൾ അങ്ങനെ തന്നെ എന്ന്.

''ഈ പെട്ടി നിങ്ങളുടെ കയ്യിൽ തരുംമുമ്പ് ഇയാൾ ആരോടെങ്കിലും ഫോണിൽ സംസാരിച്ചിരുന്നുവോ?''

''ഒരു ഫോൺ വന്നു. അയാൾ അത് ചെവിയിൽവെച്ച് കുറച്ചു നേരം നിന്ന് ശരി എന്ന് മാത്രം പറഞ്ഞ് ഓഫാക്കി. എന്നിട്ടാണ് പെട്ടി എനിക്ക് തന്നതും പോയതും.''

ശങ്കുണ്ണിയുടെ കൈകളിൽ വിലങ്ങുവീണു. വണ്ടി അടുത്ത സ്റ്റേഷനിൽ നിന്നപ്പോൾ എല്ലാരും ഇറങ്ങി സ്റ്റേഷൻ പുറത്തേക്ക് നടന്നു, മുന്നിൽ ആമംവെച്ച കൈകളിൽ പിടിച്ച പെട്ടി മാറോടണച്ച് ശങ്കുണ്ണി, പിന്നിൽ കുറച്ചുമാറി നായയും പൊലീസുകാരും. അതിനും

പുറകെ, സുരക്ഷിതമെന്ന് അവർ സ്വയം കരുതിയ അകലം പാലിച്ച്, കുറെ ജിജ്ഞാസുക്കളും.

മേലാവിൽ നേരത്തേ വിവരം അറിയിച്ചതുകൊണ്ട് റെയിൽവേ സ്റ്റേഷനിൽ നിറയെ പൊലീസുകാരാണ്. വലിയ ഉദ്യോഗസ്ഥന്മാരും പത്രപ്രതിനിധികളും എത്തിയിട്ടുണ്ട്. അവരെല്ലാം ശങ്കുണ്ണിയിൽ നിന്നും ആ പെട്ടിയിൽനിന്നും പിശുക്കില്ലാതെ അകലം പാലിക്കാൻ ശ്രദ്ധിച്ചു.

ഫ്ളാഷ് ബൾബുകൾ ശങ്കുണ്ണിയുടെ മുഖത്ത് ഇടയ്ക്കിടെ കടും വെളിച്ചം പതിപ്പിച്ചു. എല്ലാ മുഖങ്ങളിലും ഒരു ചോദ്യം നിലനിന്നു: ഇതെന്തൊരു അത്ഭുതം? പൂപോലെ പുഞ്ചിരിക്കുന്ന ഒരു തീവ്രവാദിയോ?

* * *

സ്ഫോടകവസ്തു കൈകാര്യം ചെയ്യാനുള്ള സംവിധാനങ്ങൾ ആ പൊലീസ് സ്റ്റേഷനിൽ യുദ്ധകാലാടിസ്ഥാനത്തിൽ ഒരുക്കിയിരുന്നു. പൊട്ടിത്തെറിസ്സാമഗ്രി എന്ന് സംശയം തോന്നുന്ന വസ്തു അതിവിദഗ്ധന്മാരെത്തുവോളം ഭദ്രമായി സൂക്ഷിക്കാനുള്ള അതിശക്ത ഉരുക്കുപേടകമായിരുന്നു അതിലൊന്ന്. തൊണ്ടി അതിൽവെച്ച് അടച്ചിട്ടേ ശങ്കുണ്ണി ഒഴികെ എല്ലാവർക്കും ശ്വാസം നേരേ വീണുള്ളൂ.

ഇതിനിടെ ശങ്കുണ്ണിയുടെ ചിത്രം പൊലീസ് രേഖകളുടെ ആസ്ഥാനത്തേക്ക് അയയ്ക്കപ്പെടുകയും കുറ്റവാളികളുടെ പട്ടികയിൽ ഇങ്ങനെയൊരു മുഖം ഇല്ലെന്ന് തീർച്ചപ്പെടുകയും ചെയ്തിരുന്നു. എങ്കിലും ഒപ്പം, ഈ കാര്യത്തിൽ നിരപരാധിയാണ് എന്ന് തെളിയുവോളം വിട്ടയയ്ക്കാൻ പറ്റില്ല എന്നും തീരുമാനമായി.

ശങ്കുണ്ണിയാകട്ടെ, ആരോടും ഒരു പരിഭവവും കാണിച്ചില്ല. ആ ചിരി അപ്പോഴും ആകർഷകമായിത്തന്നെ നിലനിന്നു. ഒരു പരാതിയും ഉന്നയിച്ചില്ല. കൊണ്ടുവന്നുകൊടുത്ത ഭക്ഷണം കഴിച്ചു, ഇരിക്കാൻ പറഞ്ഞേടത്ത് പോയി ഇരുന്നു. അസഹ്യതയുടെയോ അക്ഷമയുടെയോ ലാഞ്ഛനപോലും ഇല്ലാതെ.

* * *

ആ പെട്ടി ഒന്നുകൂടി മണപ്പിച്ച് ആ നായയേയും കൊണ്ട് ഡോഗ് സ്ക്വാഡ് ശങ്കുണ്ണി വരച്ച ചിത്രവുമായി റെയിൽവേ സ്റ്റേഷനിലേക്കു തന്നെ മടങ്ങിയിരുന്നു. ആൾത്തിരക്കുള്ള സ്റ്റേഷനിൽ ആണല്ലോ അയാൾക്ക് ഒളിച്ചിരിക്കാൻ എളുപ്പം. അവിടെത്തന്നെ കാണും എന്നായിരുന്നു അവരുടെ നിഗമനം.

പോർട്ടറുടെ വേഷത്തിലാണ് കക്ഷിയെ അവർക്ക് കണ്ടുകിട്ടിയത്. പോർട്ടർമാരുടെ വിശ്രമമുറിയിൽക്കയറി ഒരു ഉടുപ്പ് മോഷ്ടിച്ച അയാൾ അത് ധരിക്കാൻ ശൗചാലയം ഉപയോഗിച്ചു. തലയിൽ ചുവപ്പ് കെട്ടുമായി പുറത്തിറങ്ങിയത് പക്ഷേ, മണം ഒരിക്കലും പിഴയ്ക്കാത്ത നായയുടെ മുന്നിലേക്ക്.

ഏറെനേരത്തെ നിരീക്ഷണത്തിനുശേഷമാണ് ആ മുറിയിൽ ആരുമില്ലാത്ത സമയത്ത് കയറി ഉടുപ്പ് കൈക്കലാക്കാൻ അയാൾക്ക് കഴിഞ്ഞത്.

അട്ടിമറികൾക്ക് പരിശീലനം നേടിയ അയാൾ അതുവരെ ഇരുൾപറ്റി മാത്രം നിന്നു, നടന്നു.

അവസാനമുറ എന്ന നിലയ്ക്ക് അയാൾ ഓട്ടപ്പന്തയവും പരീക്ഷിച്ചു. നല്ല ഓട്ടക്കാരൻ തന്നെയായിരുന്നു. പക്ഷേ. ഒരു വേട്ടനായയെ മനുഷ്യർക്കെങ്ങനെ ഓടിത്തോൽപ്പിക്കാൻ കഴിയും?

മുറിവേൽപ്പിക്കാതെ പിടിച്ചുനിർത്താൻ പരിശീലനം ലഭിച്ച നായയുടെ വലിയ വായ എന്ന ക്ലാമ്പിന്റെ പിടിയിൽ അയാൾ പെടുക തന്നെ ചെയ്തു.

അയാളെയും പൊലീസ് സ്റ്റേഷനിൽ എത്തിച്ചത് വലിയ ഘോഷയാത്രയായിത്തന്നെ. കൂടെ ശ്വപ്പോഴും ഉണ്ടായി, ഉയർന്ന ഉദ്യോഗസ്ഥരും മാധ്യമക്കാരും.

ഏതായാലും ശങ്കുണ്ണിക്ക് വിടുതലായി. തന്റെ പേരും മേൽവിലാസവും പെട്ടി തനിക്കുതന്ന ആളെ താൻ തിരിച്ചറിഞ്ഞു എന്ന സാക്ഷ്യപത്രവും എപ്പോൾ വിളിച്ചാലും എവിടെയും ഹാജരായിക്കോളാം എന്ന ഉറപ്പും കൊടുത്താണ് സ്വതന്ത്രനായത്. എല്ലാ സഹകരണത്തിനും നന്ദിയും എല്ലാ അസൗകര്യങ്ങൾക്കും ക്ഷമയും പറഞ്ഞത് ഡി.എസ്.പി നേരിട്ടുതന്നെ.

താൻ ഈ രാത്രിയിൽ എവിടേക്ക് എങ്ങനെ പോകാൻ എന്നൊന്നും ശങ്കുണ്ണി ചിന്തിച്ചില്ല. പുഞ്ചിരിയോടെ ഇറങ്ങിനടന്നു, ഒരു കൂട്ടുപാതയിലേക്ക് വഴിവിളക്കുകൾ നയിച്ചു.

നേരം വൈകിയ നേരത്തും അവിടെ ഏതാനും ആളുകൾ ഉണ്ടായിരുന്നു. തൊട്ടടുത്ത സിനിമാതിയേറ്ററിൽനിന്ന് ആദ്യ ഷോ കഴിഞ്ഞ് ഇറങ്ങി വന്നവരും കടകൾ പൂട്ടി വീടുകളിൽ പോകാൻ തയ്യാറായ കച്ചവടക്കാരും.

ആളുകളെ വിളിച്ചുകൂട്ടി റെയിൽവേസ്റ്റേഷൻ വരെ യാത്ര പോകുന്ന ട്രക്കറിൽ ശങ്കുണ്ണിയും കയറി. ഒരു പഴുതും ശേഷിക്കാതെ ട്രക്കർ നിറഞ്ഞു. ഒരു വശം ചെരിഞ്ഞു നിരങ്ങിനീങ്ങി അത് യാത്ര തുടങ്ങി. പക്ഷേ, നേരേ റെയിൽവേസ്റ്റേഷനിലേക്കല്ല, ആ ഭാഗത്ത് ആകെയുള്ള ഒരു പെട്രോൾ പമ്പിലേക്ക്. യാത്രക്കാരിൽനിന്ന് പണം മുൻകൂർ പിരിച്ച് പെട്രോൾ അടിച്ചിട്ട് വേണമായിരുന്നു മുന്നോട്ട് പോകാൻ.

കുറച്ചെങ്കിൽ കുറച്ചുനേരം ശ്വാസം നേരെച്ചൊവ്വേ കഴിക്കാമല്ലോ എന്ന് കരുതി ചിലർ അവിടെ ആ വാഹനത്തിൽനിന്ന് ഇറങ്ങി. അവരുടെ കൂടെ അനിച്ഛാപ്രവർത്തനം പോലെ ശങ്കുണ്ണിയും ചേർന്നു.

പെട്ടെന്ന് ഒരു വലിയ കാർ ആ പെട്രോൾപ്പമ്പിലേക്ക് ഓടിക്കയറി. മൂരി നിവരാൻ ട്രക്കറിൽ നിന്ന് പുറത്തിറങ്ങിയവർക്ക് തങ്ങളുടെ ജീവൻ കാക്കാൻ ആ കാറിന്റെ വഴിയിൽനിന്ന് കുതിച്ച് മാറേണ്ടിവന്നു.

കാറിന്റെ ഡ്രൈവർ പുറത്തിറങ്ങിയില്ല. പെട്രോൾ ടാങ്കിന്റെ താക്കോലും കാശും കൊടുത്ത് ഡോർ ഗ്ലാസ് വീണ്ടും പൊക്കി.

പെട്രോൾ അടിക്കാൻ മുതിർന്ന ജോലിക്കാരൻ പക്ഷേ, അതിന് മടിച്ചു. ഇപ്പുറത്തെ തന്റെ കൂട്ടുകാരനെ ആംഗ്യം കാട്ടി വിളിച്ച് എന്തോ രഹസ്യം പറഞ്ഞു.

പിന്നെ കണ്ടത് ഒരാൾ പെട്രോൾ അടിക്കെ മറ്റെയാൾ കാറിന്റെ പുകക്കുഴൽ കോട്ടൺ വെയ്സ്റ്റ് തിരുകി അടയ്ക്കുന്നതും അതു കഴിഞ്ഞ് അല്പം മാറിനിന്ന് ആരെയോ ഫോണിൽ വിളിച്ച് അടക്കിപ്പിടിച്ച് സംസാരിക്കുന്നതുമാണ്.

നിമിഷങ്ങൾക്കകം സ്ഥിതി ആകെ മാറി. ഡ്രൈവർ എത്രതവണ ശ്രമിച്ചിട്ടും കാർ സ്റ്റാർട്ടായില്ല. അതുവരെ പുറത്തിറങ്ങാതിരുന്ന ഡ്രൈവർ പുറത്തിറങ്ങി ബോണറ്റ് തുറന്നു.

തളർച്ചയോടെ ആരോ ഞരങ്ങുന്ന ശബ്ദം അപ്പോൾ കാറിൽ നിന്ന് വ്യക്തമായി കേട്ടു. അത് ട്രക്കറിൽനിന്ന് ഇറങ്ങിയവരുടെ ശ്രദ്ധ ആകർഷിച്ചു. അവർ കാറിന് ചുറ്റും കൂടി.

കാറിന്റെ ഡ്രൈവർ എല്ലാവരെയും ആട്ടിയകറ്റാൻ ശ്രമിച്ചപ്പോൾ അയാളും അവരും തമ്മിൽ പിണങ്ങി.

അന്നേരം കാറിൽനിന്ന് രണ്ടുപേർകൂടി പുറത്തിറങ്ങി. പിൻവശത്തെ വാതിലുകൾ തുറന്നുകിട്ടിയപ്പോൾ, ട്രക്കിലെ യാത്രക്കാരിൽ ആരുടെയോ കയ്യിൽ ഉണ്ടായിരുന്ന ടോർച്ച് കാറിനുള്ളിലേക്ക് തെളിഞ്ഞു.

ഒരു പെൺകുട്ടിയാണ് ഞരങ്ങുന്നത്. കൈകാലുകൾ കൂട്ടിക്കെട്ടിയിരിക്കുന്നു, പ്ലാസ്റ്റിക് ടെയ്പ് വായ മൂടി ഒട്ടിച്ച് അതിന് മീതെ കോവിഡ് കാലത്തെ എൻ 95 മാസ്കും ധരിപ്പിച്ചിട്ടുണ്ട്.

വാക്കേറ്റവും കശപിശയുമായി. പക്ഷേ, ഡിക്ക് തുറന്ന് ജാക്-ലിവറുമെടുത്ത് യുദ്ധത്തിന് തയ്യാറായി വന്ന ഡ്രൈവർ കണ്ടത് മുന്നിൽ നിൽക്കുന്ന ശങ്കുണ്ണിയെ. നല്ല കിളരവും ശരീരശേഷിയും ഉള്ള അയാളാണ് തങ്ങളുടെ ഇവിടത്തെ ശത്രുക്കളുടെ നേതാവ് എന്ന് വിചാരിച്ച് ഡ്രൈവർ ജാക്-ലിവർ ശങ്കുണ്ണിയുടെ ശിരസ്സിന് നേരെ ഓങ്ങി.

ശങ്കുണ്ണി തന്റെ മുഖത്തെ ചിരി മായാതെ, ഒരു കളിയിൽ ചേരുന്നപോലെ, ആ ലിവർ പിടിച്ചുവാങ്ങി വലിച്ചെറിഞ്ഞു, എന്നിട്ട് അയാളെ ചങ്കിനു പിടിച്ച് വായുവിൽ പൊക്കി നിർത്തി. ശ്വാസംമുട്ടി പിടയുമ്പോൾ താഴെ ഇറക്കുകയും ഉടനെ വീണ്ടും പൊക്കുകയും ചെയ്തു - ഏതോ ഒരു കളിയിൽ എന്നപോലെ ത്തന്നെ!

ആൾബലം എതിരാണ് എന്ന് തിരിച്ചറിഞ്ഞ് മറ്റേ രണ്ടുപേർ ഓടിപ്പോകാൻ ശ്രമിച്ചെങ്കിലും പമ്പിലെ ജോലിക്കാരും ട്രക്കറിൽ വന്ന മറ്റ് യാത്രക്കാരും ചേർന്ന് അവരെ പിടിച്ചുനിർത്തി പമ്പിന്റെ കോൺക്രീറ്റു തൂണുകളിൽ കെട്ടിയിട്ടു.

പറ്റെ അവശയായിരുന്നു കുഞ്ഞിമാളു. അയൽവീട്ടിലെ പെൺകുട്ടിയാണെന്നും അവളെ അന്വേഷിച്ച് വന്നതാണ് താൻ എന്നും ശങ്കുണ്ണി വെളിപ്പെടുത്തിയതോടൊപ്പം, പമ്പിൽനിന്ന് ചെന്ന ഫോണിന്റെ വഴി പിടിച്ച്, പൊലീസും വന്നു.

വേണ്ടാതീനം ചെയ്ത് വേണ്ടത്ര പരിചയം ഇല്ലാത്തവരായതുകൊണ്ട് അക്രമികൾക്ക് പരിധിവിട്ട അതിക്രമം ഒന്നും ചെയ്യാൻ കഴിഞ്ഞിരുന്നില്ല. ആസൂത്രണത്തിൽ എന്തോ പിഴവ് പറ്റിയ അവർ അങ്കലാപ്പിലായിരുന്നു.

രാത്രി ആശുപത്രി വാർഡിലെ വെറും നിലത്ത് ശങ്കുണ്ണി സുഖമായി ഉറങ്ങി. മരണത്തിൽനിന്ന് ജീവിതത്തിലേക്ക് തിരിച്ചുവന്ന ആശ്വാസത്തോടെ മാളു, ശങ്കുണ്ണിക്ക് അരികിൽത്തന്നെ രോഗികൾക്കുള്ള കട്ടിലിലും.

കൈപ്പത്തികൾ ഒന്നിന് മീതെ ഒന്ന് മലർത്തിവെച്ച് തലയണയാക്കി മലർന്നുകിടന്ന് ഉറങ്ങുന്ന ശങ്കുണ്ണിയുടെ മുഖത്ത് നിതാന്തമായ ശാന്തതയും ചുണ്ടത്ത് അതേ കെടാവിളക്ക് ചിരിയും.

■